# தமிழ்நாட்டின்
# பெண் விடுதலைப் போராளிகள்



சோ.மோகனா

BOOKS FOR CHILDREN

**Thamizhnattin Pen Viduthalai Poralligal** (in Tamil)
**S. Mohana**
*First Published: April, 2023*
Published by
**BOOKS FOR CHILDREN**
*imprint of Bharathi Puthakalayam*
7, Elango Salai, Teynampet, Chennai - 600 018.
Email: bharathiputhakalayam@gmail.com / www.thamizhbooks.com

**தமிழ்நாட்டின் பெண் விடுதலைப் போராளிகள்**

**சோ.மோகனா**

*முதல் பதிப்பு: ஏப்ரல், 2023*

**வெளியீடு:**

BOOKS FOR CHILDREN

புக்ஸ் ஃபார் சில்ரன் & பாரதி புத்தகாலயத்தின் ஓர் அங்கம்
7, இளங்கோ சாலை, தேனாம்பேட்டை, சென்னை - 600 018
தொலைபேசி : 044-24332424, 24330024 | விற்பனை: 24332924.

**விற்பனை நிலையங்கள்**

**அருப்புக்கோட்டை:** கதவுஎண் 49 A/4 மெயின் ரோடு, தெற்கு தெரு - 9994173551
**ஈரோடு:** 39: 39 ஸ்டேட் பாங்க் சாலை - 9245448353
**கரூர்:** நாரத கானசபா அருகில் (TNGEA OFFICE)- 9442706676
**காரைக்குடி :** 12, 2 வது தெரு, கம்பன் மணிமண்டபம் பின்புறம் - 9443406150
**கும்பகோணம்:** 352, ரயில் நிலையம் எதிரில் - 9443995061
**கோவை:** 77, மசக்காளிபாளையம் ரோடு, பீளமேடு - 8903707294
**சிதம்பரம்:** 22A / 18B தேரடி கடைத் தெரு, கீழவீதி அருகில் - 9994399347
**செங்கல்பட்டு:** 1 D ஜி.எஸ்.டி சாலை - 044 27426964
**சேலம்:** 15, வித்யாலயா சாலை சாலை - 0427 2335952
**தஞ்சாவூர்:** காந்திஜி வணிக வளாகம் காந்திஜி சாலை - 9655542400
**திண்டுக்கல்:** பேருந்து நிலையம் - 9942331105, 9976053719
**திருச்சி:** வெண்மணி இல்லம், கரூர் புறவழிச்சாலை - 9994289492
**திருநெல்வேலி:** 25A, ராஜேந்திரநகர் - 9442149981
**திருப்பூர்:** 447, அவினாசி சாலை - 9486105018
**திருவண்ணாமலை:** முத்தம்மாள் நகர்
**திருவல்லிக்கேணி:** 48, தேரடி தெரு - 9444428358
**திருவாரூர்:** 35, நேதாஜி சாலை - 9442540543
**நாகர்கோவில்:** 699 கே.பி.ரோடு R.V.புரம் - 9443450111
**நெய்வேலி:** பேருந்து நிலையம் அருகில், - 9443659147
**பழனி:** பேருந்து நிலையம் அருகில் - 7010760693
**பாண்டிச்சேரி :** கிழக்கு கடற்கரைச்சாலை, இலாசுப்பேட்டை, 9486102777
**பெரம்பூர்:** 52, கூக்ஸ் ரோடு - 9444373716
**மதுரை:** 37A, பெரியார் பேருந்து நிலையம் - 045 22324674 & சர்வோதயா மெயின்ரோடு
**வடபழனி:** பேருந்து நிலையம் எதிரில் அடையார் ஆனந்தபவன் மாடியில் - 9444476967
**விருதுநகர்:** 131, கச்சேரி சாலை - 0456 2245300
**வேலூர்:** பேஸ் III, சத்துவாச்சாரி - 9442553893

நினைத்த நூல்கள்... நினைத்த நேரத்தில்... BharathiTV | www.bookday.in

thamizhbooks.com 8778073949

**சமர்ப்பணம்**

இந்திய பெண் விடுதலைப்
போராளிகளுக்கு...

# உள்ளே...

பாகம் – 1

# மறக்கப்பட்ட வேர்களும் விழுதுகளும்

பாவலர் பழனி.சோ.முத்துமாணிக்கம்

‘முத்தத்தின் பிரம்படி’ நூலின் ஆசிரியர் காலத்தினாற் செய்த நன்றியாக வெளிவந்திருக்கிறது பேரா.சோ.மோகனா அவர்களின் “தமிழ்நாட்டின் பெண் விடுதலைப் போராளிகள்” என்ற அருமையான வரலாற்று நூல். விடுதலைப் போராட்டத்தில் ஈடுபடாதவர்களெல்லாம் நாட்டுப்பற்றைப் பேசுவதும், போராடிய வீரர்களுடைய தியாகத்தையும் புகழையும் தமதாக்கிக்கொண்டு போலிகளாய் நடமாடுவதும் மிகுந்துவிட்ட காலம் இது. உலக வரலாறுகளை அலசும் நமக்கு உள்ளூர் வரலாறு தெரியாமல் போனால், கோட்சேக்களின் வாரிசுகளிடம் இருந்து நாட்டைக் காப்பாற்ற முடியாது. ‘பிறப்பொக்கும் எல்லா உயிர்க்கும்’ என்ற வள்ளுவரைப் போலியாகப் பாராட்டிக்கொண்டே, அவருக்கு மதச்சாயம் பூசும் சனாதனவாதிகள் பெருகிவிட்டார்கள். அரசியல் அமைப்புச் சட்டத்தைச் சிதைக்கும் செயல்களைத் தொடர்ந்து செய்துகொண்டே அதைச் சமைத்த அம்பேத்கரைப் பாராட்டுவதாக நடிப்பார்கள். புராணங்களை வரலாறு எனப் புளுகுவார்கள். அதை உண்மையென நம்பும் பாமரர்களின் வாழ்வை மதவெறியூட்டிச் சிதைப்பார்கள்.

விழித்துக்கொண்டே, அவர்களை விரட்டிக்கொண்டே இருக்க வேண்டும். இல்லாவிட்டால் நம் விழிகளும் களவாடப்படும்.

தமிழ்நாடு அறிவியல் இயக்கத்தின் தூணாகப் பணியாற்றும் நூலாசிரியர் நூற்றுக்கும் மேற்பட்ட அறிவியல் நூல்களைப் படைத்திருக்கிறார். ஓர் அறிவியலாளர் வரலாற்றாசிரியராக மலர்ந்திருக்கிறார். பெண்கள் பேசாமடந்தைகளாய், அடிமைகளாய், ஆடவர்க்கு ஏவல் செய்யவே பிறந்த ஏதிலிகளாய், சனாதனத்தின் கொடுமைக்கு இரையாகிக் கல்வியும் உரிமையும் மறுக்கப்பட்டு நாயினும் கீழாக நடத்தப்பட்டவர்களாய் இருந்த காலத்தில்,

நாட்டு விடுதலைக்காகத் திமிறியெழுந்த நங்கையர்தம் வரலாற்றைக் காவியமாக்கிய பேரா.சோ.மோகனா அவர்களைப் பாராட்டலாம் மனம் திறந்து. புகழ்ச்சி அவருக்குப் பிடிக்காது. ஆனால் பாராட்டவேண்டியவர்களைப் பாராட்டாவிட்டால்

வரலாறு நம்மை மன்னிக்காது. இந்தியாவுக்கு விடுதலை கத்தியின்றி இரத்தமின்றி நடந்த போரால் வந்தது எனச் சிலர் செம்மாந்து கூறியதைக் கேள்விப்பட்டிருப்போம். ஆங்கிலேயரை எதிர்த்துப் புரட்சி செய்து போராடிய மருதுபாண்டியர்கள், வீரபாண்டிய கட்டபொம்மன், பூலித்தேவன், ஹைதர்அலி, திப்புசுல்தான், வேலுநாச்சியார், ஜான்சிராணி ஆகியோர் சிந்தியது இரத்தமா, இல்லை வெறும் தண்ணீரா? அண்ணல் காந்தியடிகள் அடியொற்றி உப்புச் சத்தியாக்கிரகப் போராட்டத்தில் கலந்துகொண்டு, வெள்ளைப்படைகளின் குண்டாந்தடியால் மண்டை உடைந்தவர்கள் சிந்தினார்களே! அது இரத்தம் இல்லையா? நேதாஜி உருவாக்கிய இந்திய தேசியப் படை நடத்திய போர்களையும், கேப்டன் இலட்சுமியின் வீரதீரச் செயல்களையும் வரலாறு தன் பொன்னெழுத்துகளால் பொறித்துக் கொள்ளவில்லையா?

பொ.ஆ.1608-இல் இந்தியாவுக்குள் நுழைந்த கிழக்கிந்தியக் கம்பெனி மன்னர் ஜஹாங்கீருடன் வணிக ஒப்பந்தம் செய்துகொண்டது. கூடாரத்துக்குள் ஒட்டகம் புகுந்த கதையாக வணிகம் செய்ய வந்தவர்கள் நம்மை அடக்கத் தொடங்கி விட்டார்கள். பூலித்தேவனுக்குப்பின் வெள்ளையனை எதிர்த்துக் குரல் கொடுத்தவர் சிவகங்கை வேலுநாச்சியார். ஜான்சிராணி பிறப்பதற்கு நூறு ஆண்டுகளுக்கு முன்பே தோன்றியவர் வேலு நாச்சியார். கணவர் இறந்தபின் 18 வயதினிலேயே தளபதியான வேலுநாச்சியர், விருப்பாச்சி வேலுநாயக்கர், ஹைதர்அலி, மருது சகோதரர்கள் உதவியோடு வெள்ளையரை எதிர்த்துப் போரிட்டவர். தன் குடும்ப உறுப்பினர்களை ஒட்டுமொத்தமாகப் போரில் பறிகொடுத்த பின்பு எஞ்சியுள்ள சிறுவனையும் போருக்கு வாழ்த்தி அனுப்பிய வீரத்தாய்களைச் சங்க இலக்கியம் நமக்குக் காட்டியிருக்கிறது அல்லவா?

தன் நலத்துக்காக நாட்டையே நாசப்படுத்திக் கொண்டிருப்பவர்களைக் கண்டுகொண்டிருக்கும் நமக்கு, வேலுநாச்சியார் படையில் தளபதியாக இருந்த குயிலி என்ற வீரமங்கை வெள்ளையரின் ஆயுதக்கிடங்குக்குள் குதித்து, ஆங்கிலேயரின் படைக்கருவிகளை அழித்து, தானும் அழிந்த வரலாறு வியப்பூட்டுகிறது: மெய்சிலிர்க்க வைக்கிறது.

தந்தைப் பெரியாரை மக்களுக்கு நன்கு தெரியும். ஆனால் அவருடைய முதல் மனைவி நாகம்மையாரையும், தங்கை கண்ணம்மாவையும் எத்தனைபேர் அறிவார்கள்?.

“ஒத்துழையாமைப் போராட்டத்தைக் கைவிடவேண்டும்; கள்ளுக்கடை மறியலை நிறுத்த வேண்டும்” எனக் காந்தியடிகளிடம் சிலர் கேட்டபோது, “போராட்டத்தை நிறுத்துவது என் கையில் இல்லை; அது ஈரோட்டில் உள்ள இரண்டு பெண்களிடம் உள்ளது;'' எனக் கூறினாராம். வைக்கம் போராட்டத்திலும் கள்ளுக்கடை மறியல்களிலும் பெரியாருக்கு இணையாகப் போராடியவர்கள் அவர்கள்.

இந்தியர்களுக்குச் சுயாட்சி வேண்டும் எனக் குரல் கொடுத்த அன்னிபெசன்ட் அம்மையாரைக்கண்டு ஊக்கம் பெற்றவர் சென்னை அம்புஜம்மாள். காந்தியின் தத்துப்பெண் என அழைக்கப்பட்ட இவர் கள்ளுக்கடை மறியலிலும், அந்நியத்துணி புறக்கணிப்புப் போராட்டத்திலும் உப்புச் சத்தியாக்கிரகத்திலும் பங்கேற்றவர். மதவெறி ஊட்டும் பஜனைப் பாடல்கள் பாடி, மனிதநேயத்தைக் காவுவாங்குவோர்களைக் கண்டிருக்கிறோம். ஆனால் மார்கழி பஜனையில் பாரதியாரின் புரட்சிப் பாடல்களைப்பாடி மக்களுக்கு விடுதலை வேட்கையைத் தூண்டியவர் அம்புஜம்மாள்.

நாளொரு புத்தாடை பொழுதொரு மணிமுடி என வேடமிட்டு ஏழை எளியவர்களைப் பகடி செய்துகொண்டிருக்கும் அரசாள்வோர்களைக் கண்டுகொண்டிருக்கிறோம்; ஆனால் பாரதியின் சமகாலத்தவரான கடலூர் அஞ்சம்மாள் தன் வீடு நிலங்களை விற்று, விடுதலைப் போராட்டத்தில் ஒட்டுமொத்தக் குடும்பத்தினரோடு ஈடுபட்டதை அறியும்போது வியப்பின் எல்லைக்கே சென்றுவிடுகிறோம். நீலன் சிலை அகற்றும் போராட்டத்தில் தன் ஒன்பது வயது மகள் அம்மாக்கண்ணுவைத் தோளில் சுமந்துகொண்டு போராடினார். ஓராண்டு கடுங்காவல் தண்டனை பெற்றதும், அவருடைய 9 வயது மகள் தண்டனையாகச் சிறுமியர் காப்பகத்தில் சேர்க்கப்பட்டதும் கதைபோலத் தோன்றுகிறது நமக்கு.

இந்தியாவைக் களவாட வந்த வெள்ளையர்கள் எவ்வளவு நாகரிகம் அற்றவர்கள் என்பதை மதுரை சொர்ணத்தம்மாள் வரலாற்றைப் படிப்போர் அறிந்து கலங்குவர். அந்நியத்துணி புறக்கணிப்புப் போரில் ஈடுபட்ட பெண்களின் ஆடை பறித்து நள்ளிரவில் அத்துவானக் காட்டில் அவர்களை இறக்கிவிட்ட கொடுமையை நினைக்கவே நெஞ்சு நடுங்குகிறது. இந்தக் கொடுமைக்கு ஆளான பல பெண்களுள் சொர்ணத்தம்மாளும் இலட்சுமிபாயும் உளர்.

வயிற்றில் எட்டுமாதக் கருவைச் சுமந்துகொண்டு ஒத்துழையாமை இயக்கத்திலும் அந்நியத் துணி புறக்கணிப்புப் போராட்டத்திலும் பங்கேற்ற மதுரை பத்மாசனி அம்மையாரைப்போல், புவிதனிலே யாங்கணுமே கண்டதில்லை..

தன் பதிமூன்று வயதிலிருந்தே தென் ஆப்பிரிக்காவில் இந்திய விடுதலைக்காகப் போராடி, பதினாறு வயதில் உயிர்நீத்த தில்லையாடி வள்ளியம்மையை எப்படி வரலாறு மறக்கும்?. மக்களால் அம்மா என்று அழைக்கப்பட்ட கே.பி.ஜானகியம்மாள் 12 வயதுமுதல் புரட்சி நாடகங்களில் நடிக்கத் தொடங்கினார். யுத்த எதிர்ப்புப் பரப்புரை செய்ததற்காகச் சிறை சென்றவர் இவர். கணவன் இறந்தபின் முடிவெட்டி கிராப் வைத்துக்கொண்டு, வேட்டி, ஜிப்பா அணிந்துகொண்டு மிதிவண்டியில் பயணம் செய்தபடி, விவசாய இயக்கங்களோடு இணைந்து பணியாற்றிய மணலூர் மணியம்மை பாரதியும் பெரியாரும் காண விழைந்த புதுமைப் பெண் அல்லவா?.

நம் வீரப்பெண்மணிகளின் வீரத்தையும் நாட்டுப்பற்றையும் எல்லா மக்களுக்கும் விளக்க வேண்டும். அப்போதுதான் பெண்மையைப் போற்றும் மனநிலை ஆண்களுக்கு வரும். விரும்பியே வீட்டு அடிமைகளாகவும் தானாகச் சிந்திக்கவும் உரிமையற்றவர்களாகவும் நொந்துகொண்டிருக்கும் நம் பெண்களுக்குத் தன்னம்பிக்கையும் வீரமும் உண்டாகும்.

பாரதியும் பெரியாரும் பாவேந்தரும் கண்ட கனவு நிறைவேறிக் கொண்டிருக்கிறது. இந்திய ஒன்றியத்தின் குடியரசுத் தலைவராகப் பொறுப்பேற்றிருக்கும் திரௌபதி முர்மு அவர்கள் இரண்டாவது பெண் குடியரசுத் தலைவர் என்பது நமக்குப் பெருமை அல்லவா?

தமிழக உளவுத் துறையில் உயர்பதவிக்கு (IG) வந்திருக்கும் முதற்பெண் ஆசியம்மாள், பெண் துணைவேந்தராகப் பதவியேற்றிருக்கும் வி.கீதாலட்சுமி, ஊட்டி மலைத் தொடர்வண்டியில் பணியேற்றிருக்கும் (Breaksman) சிவஜோதி, முதன்முறை துபாஷியாகப் பொறுப்பேற்றிருக்கும் 60 வயது இராஜலட்சுமி ஆகியோர் நம்பிக்கை விண்மீன்களாக மின்னுகிறார்கள்.

எந்த நிலைக்கு முன்னேறினாலும், எத்தகு உயர்பதவி வகித்தாலும் நம் நாட்டுப் பெண்களின் “காசெடுக்கும் அட்டை” (ஏடிஎம்) மட்டும் கணவர்களிடமே இருக்கும் அவலநிலையும் சில இடங்களில் தொடரத்தான் செய்கிறது. பட்டமாக உயர உயரப்

பறந்தாலும், நூலின் முனை ஆடவர்களிடம்தானே இருக்கிறது. தம் திறமையாலும், துணிச்சலாலும் ஆணாதிக்கத்தை ஒழிக்க வேண்டிய பெரும்பொறுப்பு, நம் வீட்டுப் பெண்களுக்கு இருக்கிறது. இந்த நூல் அந்த வேலையைச் செய்யும் என்று உறுதியாக நம்பலாம்.

ஆணுக்குப் பெண் இங்கே இளைப்பில்லை காண் என்று விடுதலைப் போராட்டக் களத்திலும் முன்நின்று, தாய்நாட்டுக்காகத் தம் இன்னுயிரை ஈந்த பெண் வீராங்கனைகளைப் போற்றுவோம். அவர்களைக் காலம் மறக்கக்கூடாது என்பதற்காகத் தன் அருமை நூலால் ஆவணப்படுத்திய பேராசிரியர் சோ.மோகனா அவர்களுக்குப் பாராட்டுகள். அவர் இன்னும் இதுபோல் பல்வேறு வரலாற்றுப் பதிவுகளையும் வழங்கித் தமிழுக்கு வளம் கூட்டுவார் என நம்பலாம்.

அன்புள்ள

பழனி.சோ.முத்துமாணிக்கம்
sembavalam@gmail.com

பூமலர் அகம்,
பழனி. 624601
01.01.23

1

# இந்திய விடுதலைப் போரில் பங்கேற்ற தமிழக பெண் வீராங்கனைகள்

## இந்திய சுதந்திரம் அறிமுகம்

### சுதந்திரம்

ஆகஸ்ட் 15, 2022, அன்று இந்தியா தனது 75வது சுதந்திர தின விழாவை வெகு சிறப்பாகக் கொண்டாடியது. இது இந்திய சுதந்திரத்தின் பவளவிழா ஆண்டு ஆகும். இதன் பின்னணியை, அதில் ஈடுபட்டு சுதந்திரத்துக்குக்காகப் பாடுபட்ட, உயிர்த் தியாகம் செய்தவர்கள் ஏராளம். ஏராளம். சும்மா கிடைக்கவில்லை சுதந்திரம். வரலாற்றில் பதிவு செய்யப்பட்டவர்கள் கொஞ்சமே. வரலாற்றில் பதிவு செய்யப்படாத ஆண்கள், பெண்கள் ஏராளம் அவர்கள் இந்தியா முழுமைக்கும் விரவிக்கிடக்கின்றனர். தமிழகத்திலும் இந்திய விடுதலைக்காகப் போராடியவர்கள் உண்டு. அவர்களில் நமக்குத் தெரிந்த தமிழகப் பெண் போராளிகளைப் பற்றி அறிந்துகொள்வோம்.

### ஆங்கிலேயர் ஆட்சி

மன்னராட்சியோ மக்களாட்சியோ எதுவாக இருந்தாலும் அரியணையில் அமர்ந்து ஆட்சி செய்பவர்களின் விருப்பத்திற்கேற்பவே சரித்திரங்கள் அவதாரம் எடுக்கின்றன. சரித்திரங்கள் தற்போது வரலாறாக இல்லை, புராணங்களாக மாறிவிட்டதாகவே சொல்லலாம்.கி.பி.700க்குப் பிறகு இந்தியா அடிமைப்பட்டதாக கூறப்படுகிறது. அதாவது 1200 ஆண்டுகள் முகலாயர்களின் கீழும், பிறகு 150 ஆண்டுகள் ஆங்கிலேயர்களின் கீழும் இந்தியா அடிமைப்பட்டுக் கிடந்தது. வெளிநாட்டில் இருந்து வந்தவர்கள் பல நூற்றாண்டுகளாக இந்தியாவிலேயே தங்கி இந்தியாவை ஆட்சி செய்தனர்.

ஆங்கிலேயர் ஆட்சிக் காலம் தவிர வேறு எப்போதும் இந்தியாவின் சொத்தும் வளமையும் வெளிநாடுகளுக்கு கொண்டு செல்லப்படவில்லை. இந்தியாவின் செல்வங்கள் வெளிநாட்டுக்கு கொண்டு செல்லப்பட்டதை 'Drain of Wealth' என்று பல ஆங்கிலேயே பொருளாதார நிபுணர்கள் ஒப்புக்கொள்கின்றனர்.

**இந்திய சுதந்திரம்**

இந்திய சுதந்திரம் என்பது , கத்தியின்றி, ரத்தமின்றி, மென்மையான அகிம்சை வழிப் போராட்டங்களால், பெறப்பட்டதல்ல. லட்சக்கணக்கான, ஆண்கள் பெண்களின் உயிரை விலையாய் கொடுத்துப் பெறப்பட்டதாகும். காந்தியின் வருகைக்கு முன்பாகவே, இந்திய மக்கள் பல்வேறு தலைவர்களின் கீழ், பல போராட்ட வடிவங்களின் கீழ் ஒன்று திரண்டு, பிரிட்டிஷாரை எதிர்த்துப் போராடிவந்தனர். ஆயுதம் தாங்கியும், அகிம்சை வழியும் என இருவேறு வடிவங்களில் இந்திய சுதந்திரப் போராட்டம் அதன் உச்சகட்டத்தை எட்டியது.

ஆண், பெண் இணைந்து பெற்றதுதான் இந்திய சுதந்திரம்

இதில், ஆண்கள் மட்டுமின்றி, பெண்களும் அதிகளவு பங்களிப்பை வழங்கியுள்ளனர். அடித்தட்டு சமூக பெண்களில் தொடங்கி, உயர்குடி சமூக பெண்கள் வரை இதில் பாரபட்சம் இல்லை. தேச விடுதலைக்காக, அவர்கள் ஒன்றிணைந்து, போராடியுள்ளனர்.

**கி.பி.1700 முதல் -1900 வரையிலான போராட்டம்**

இதன்படி, 1700களில் வீரமங்கை சிவகங்கை ராணி வேலு நாச்சியார்தான் முதன்முதலில் இந்திய சுதந்திரத்திற்கு விதை போட்ட பெண் வீராங்கனை. தன்னையே வெடிகுண்டாக (உலகின் முதல் தற்கொலைப் படை -வெடிகுண்டு) மாற்றிக்கொண்ட தியாகத்தின் உருவான அவரது பணிப்பெண் குயிலி, கிட்டூர் ராணி சென்னம்மா, வேங்கையாய் மாறிய ஜான்சிராணி லட்சுமிபாய், அயோத்தியின் தியாக சின்னமான பேகம் ஹசரத் மஹல், விசுவாசத்தின் மறுவடிவமான அதனாலேயே வெள்ளையர்களாலும் போற்றப்பட்ட ஜல்காரி பாய், நான்காயிரம் படை வீரர்களை திரட்டி ஆங்கிலேயர்களைப் பந்தாடிய ராம்காட் ராணி அவந்திபாய் உள்ளிட்டோர் கி.பி.1700 தொடங்கி, கி.பி.1900 வரையான வரலாற்றுப் பக்கங்களில் இடம்பெறுகின்றனர். இவர்கள் அனைவரின் போராட்டமும் தனித்துவம் வாய்ந்ததாகும்.

**வரலாற்றுப் பின்னணி**

அது 16ஆம் நூற்றாண்டின் கடைசி ஆண்டு. உலகின் மொத்தப் பொருட்களின் உற்பத்தியில் 25% இந்தியாவில் உற்பத்தி செய்யப்பட்டது. இதே காரணத்திற்காக, இந்த நாடு "தங்கப் பறவை" என்று அழைக்கப்பட்டது. அப்போது, முகலாயப் பேரரசர் ஜலாலுதீன் முஹம்மது அக்பர் டெல்லியை ஆண்டார். அவர் உலகின் பணக்காரப் பேரரசர்களில் ஒருவர். அப்போது பிரிட்டன் உள்நாட்டுப் போரினால் தத்தளித்துக் கொண்டிருந்தது. அதன் பொருளாதாரம் விவசாயத்தை சார்ந்தே இருந்தது. உலகின் மொத்த உற்பத்தியில் 3% மட்டுமே அங்கு உற்பத்தி செய்யப்பட்டது. இங்கிலாந்தை முதலாம் எலிசபெத் மகாராணி ஆட்சி செய்தார். ஐரோப்பாவின் முக்கிய வல்லரசுகளான போர்த்துகீசும், ஸ்பெயினும் வர்த்தகத்தில் பிரிட்டனைப் பின்னுக்குத் தள்ளின. வணிகர்கள் என்ற போர்வையில், போர்ச்சுகல் மற்றும் ஸ்பெயினின் வணிகக் கப்பல்களை பிரிட்டிஷ்காரர்கள் கொள்ளையடித்தனர். அப்போது திரை கடலோடி வணிகம் செய்து வந்த பிரிட்டிஷ் தொழிலதிபர் ரால்ஃப் ஃபிட்ச், இந்தியப் பெருங்கடல், மெசபடோமியா, பாரசீக வளைகுடா, தென்கிழக்கு ஆசியா ஆகிய நாடுகளுக்கு வணிகப் பயணங்கள் செய்து,இந்தியாவின் செழிப்பை அறிந்தார். ரால்ஃப் ஃபிட்சின் பயணம் மிக நீண்டது. அவர் பிரிட்டனுக்குத் திரும்புவதற்கு முன்பு அவர் இறந்ததாகவே கருதப்பட்டார். லெவண்ட் நிறுவனம் கிழக்கத்திய நாடுகளிலிருந்து மசாலா பொருட்களைப் பெற இரண்டு முறை முயன்று தோல்வியைத் தழுவியது.

**கிழக்கிந்திய கம்பெனி வருகை**

இந்தியாவைப் பற்றிய ரால்ப் ஃபிட்சின் தகவல்களின் அடிப்படையில், பிரிட்டனிலிருந்து 200க்கும் அதிகமான செல்வாக்கு மிக்க மற்றும் தொழில்முறை வல்லுநர்களுடன், இந்தியாவை நோக்கிச் செல்ல வேண்டும் என்ற எண்ணம் பன்னாட்டு வணிகரான ஜேம்ஸ் லான்கஸ்டருக்கு வந்தது. அவர் டிசம்பர் 31,1600 அன்று ஒரு புதிய நிறுவனத்திற்கு அடித்தளம் அமைத்து, கிழக்கு ஆசியாவில் வர்த்தக உரிமையையும் இங்கிலாந்து ராணியிடமிருந்து பெற்றார். இந்த நிறுவனத்திற்குப் பல பெயர்கள் இருப்பினும், இது கிழக்கிந்திய கம்பெனி என்று அழைக்கப்படுகிறது. மற்ற இடங்களில் பயணம் செய்த பின்னர், ஆகஸ்ட் 1608இல், கேப்டன் வில்லியம் ஹாக்கின்ஸ் தனது

'ஹெக்டர்' என்ற கப்பலை இந்தியாவின் சூரத் துறைமுகத்தில் நிறுத்தி, கிழக்கிந்திய கம்பெனியின் வருகையை அறிவித்தார். பிரிட்டனின் வர்த்தகப் போட்டியாளர்களான டச்சு மற்றும் போர்த்துகீசியர்கள் ஏற்கெனவே இந்தியப் பெருங்கடல் பகுதியில் செயல்பட்டு வந்தனர். கிழக்கிந்திய கம்பெனி என்ற நிறுவனம், தன் நாட்டை விட 20 மடங்கு பெரிய நாடும் உலகின் பணக்கார நாடுகளில் ஒன்றான இந்தியாவை ஆளப்போகிறது என்று யாரும் நினைத்துக்கூடப் பார்த்திருக்க முடியாது.

**ஜஹாங்கீர் பதவி ஏற்பு**

அந்த நேரத்தில், பேரரசர் அக்பர் உயிரிழந்தார். அப்போது, சீனாவின் மிங் வம்சத்து அரசர் மட்டுமே அக்பருக்கு நிகரான சொத்துக்களுடன் இருந்தார். காஃபி கான் நிஜாமுல்-முல்க்-ன் 'முந்தகபுல்-பாப்' புத்தகம், அக்பர் ஐந்தாயிரம் யானைகள், பன்னிரண்டாயிரம் குதிரைகள், ஆயிரம் சிறுத்தைகள், பத்து கோடி ரூபாய், விலையுயர்ந்த நாணயங்கள், ஏராளமான தங்கம், முந்நூற்று எழுபது வெள்ளித் துண்டுகள், ரூ 3.கோடி மதிப்புள்ள ரத்தினங்களை விட்டுச் சென்றார் என்று கூறுகிறது. அக்பரின் மகன், நூருதீன் சலீம், ஜஹாங்கிர் என்ற பட்டத்துடன் அரியணை ஏறினார். ஆட்சியில் சீர்திருத்தங்களைக் கொண்டுவந்து, காதுகள், மூக்கு மற்றும் கைகளை வெட்டும் தண்டனை ரத்து செய்யப்பட்டது; சட்டவிரோத வரிகள் நீக்கப்பட்டன. பொதுமக்களுக்கு மதுபானம் மற்றும் பிற போதைப்பொருட்களைப் பயன்படுத்துதல் மற்றும் சிறப்பு நாட்களில் விலங்குகளை வெட்டுதல் ஆகியற்றுக்குத் தடை விதிக்கப்பட்டது. சாலைகள், கிணறுகள் மற்றும் சத்திரங்கள் கட்டப்பட்டன. அடுத்தடுத்த சட்டங்கள் கண்டிப்பாக நடைமுறைப்படுத்தப்பட்டு ஒவ்வொரு நகரத்தின் அரசு மருத்துவமனையிலும் இலவச சிகிச்சை அளிக்க உத்தரவிடப்பட்டது. பொதுமக்களின் குறைகளைக் கூற அரண்மனைச் சுவரில் நீதிச் சங்கிலி தொங்கவிடப்பட்டது.

**தொடர் முயற்சியில் ஆங்கிலேயருடன் வர்த்தக உறவு**

அந்த நேரத்தில் ஐரோப்பாவில் நடந்ததைப்போல, போர் என்பது நாற்பது லட்சம் வீரர்களைக் கொண்ட முகலாய சேனையுடன் நடக்காத காரியம் என்று ஹாக்கின்ஸ் விரைவில் உணர்ந்தார் என உலகப் புகழ்பெற்ற வரலாற்று நிபுணர் வில்லியம் டெல்ரிம்பிள் கூறுகிறார். எனவே, இங்கே அவருக்கு முகலாயப் பேரரசரின் ஒத்துழைப்பும் அவரது ஆதரவும் தேவைப்பட்டது. ஹாக்கின்ஸ் ஒரு வருடத்திற்குள் முகலாய தலைநகர் ஆக்ராவை

அடைந்தார். படிப்பறிவில் குறைந்த ஹாக்கின்ஸ், ஜஹாங்கீரிடமிருந்து வணிக அனுமதி பெறும் முயற்சியில் வெற்றி பெற இயலவில்லை. அப்போதைய நாடாளுமன்ற உறுப்பினரும் தூதருமான சர் தாமஸ் ரோ, அரசு தூதராக அனுப்பப்பட்டார். சர் தாமஸ் ரோ 1615இல் முகலாய தலைநகர் ஆக்ரா சென்றார். அரசருக்கு விலைமதிப்பில்லாத பரிசை வழங்கினார்; அவை வேட்டை நாய்கள் மற்றும் அவருக்குப் பிடித்த மதுபானம் ஆகியவை. பிரிட்டனுடன் நல்லுறவு கொள்வது, ஜஹாங்கீரின் முன்னுரிமையாக இருக்கவில்லை. விவாதங்களின்போது வர்த்தகம் பேசுவதை விடுத்து, அரசர், குதிரைகள், கலைப்பொருட்கள் மற்றும் மதுவைப் பற்றி விவாதிப்பார் என்று தாமஸ் ரோ கூறுகிறார். சர் தாமஸ் ரோ மூன்று வருட தொடர்ச்சியான வற்புறுத்தலுக்குப்பின் இதில் வெற்றி பெற்றார். ஜஹாங்கீர் கிழக்கிந்திய நிறுவனத்துடன் வணிக ஒப்பந்ததில் கையெழுத்திட்டார். இந்த ஒப்பந்தத்தின்கீழ், இந்த நிறுவனம் மற்றும் அனைத்து இங்கிலாந்து வணிகர்களும் துணைக் கண்டத்தின் ஒவ்வொரு துறைமுகத்திலும், உரிமை கொள்ளவும் நிலங்களை வாங்கவும் விற்கவும் அனுமதிக்கப்பட்டனர். அதற்குப் பதிலாக ஐரோப்பிய தயாரிப்புகள் இந்தியாவுக்கு வழங்கப்பட வாக்குறுதியளிக்கப்பட்டது. ஆனால் அப்போது அங்கே உற்பத்தியே இல்லையே என்பது உணரப்படவில்லை என்பது விந்தையே.

**இந்திய பொருட்கள் ஏற்றுமதி மற்றும் மன்னர்கள் ஆங்கிலேயரிடம் அடிபணிதல்**

நிறுவனத்தின் கப்பல்கள், அரண்மனைக்குக் கொண்டுவரும் பழம்பொருட்கள் மற்றும் பரிசுகள் எதுவாக இருந்தாலும் அவை மகிழ்ச்சியுடன் ஏற்றுக்கொள்ளப்படும் என்று முடிவு செய்யப்பட்டது. நிறுவனத்தின் வணிகர்கள் முகலாயர்களின் ஒப்புதலுடன் பருத்தி, இண்டிகோ, பொட்டாசியம் நைட்ரேட் மற்றும் தேநீர் ஆகியவற்றை இந்தியாவில் இருந்து வாங்கி, வெளிநாடுகளுக்கு அதிக விலையில் விற்றுப் பெரும் லாபம் ஈட்டினர். நிறுவனத்தின் அடித்தளமே வணிக மூலதனம். ஸ்பெயினுக்கும் அமெரிக்காவிற்கும் அடிமைகளை விற்பனை செய்வதன் மூலம் 1621 முதல் 1843 வரை குவிந்திருந்த வெள்ளியைக் கொடுத்து, நிறுவனம் அதற்கு ஈடான பொருளை வாங்கியது. 1670ஆம் ஆண்டில், பிரிட்டிஷ் பேரரசர் இரண்டாம் சார்லஸ் கிழக்கிந்திய கம்பெனியை வெளிநாடுகளில் போர்களை நடத்துவதற்கும் காலனித்துவப்படுத்துவதற்கும்

அனுமதித்தார். பிரிட்டிஷ் இராணுவத்தின் ஆயுதப் படைகள் முதலில் இந்தியாவில் போர்த்துகீசு, டச்சு மற்றும் பிரெஞ்சு போட்டியாளர்களுடன் போராடி பெரும்பாலான போர்களை வென்றன. படிப்படியாக, வங்காளத்தின் கடலோரப் பகுதிகளைத் தனது கட்டுப்பாட்டிற்குள் கொண்டுவந்தது. இவர்கள் ஆயுத பலம் அதிகமாக வைத்திருந்தமையால் இந்திய அரசுகள் ஆங்கிலேயர்களிடம் அடிபணிய நேரிட்டது. பல அரசுகள் ஆங்கிலேயர்களுக்கு கப்பம் கட்டும் சூழலும் உருவானது.

இப்படி இந்தியாவுக்குள் நுழைந்த ஆங்கிலேயர்கள் நம்மை சுமார் 300 ஆண்டுகள் ஆட்சி புரிந்தனர்.

### இந்திய விடுதலை இயக்கம்

இந்திய விடுதலை இயக்கம் என்பது இந்தியாவில் இரண்டு நூற்றாண்டுகளாக நீடித்த ஆங்கிலக் கிழக்கிந்திய கம்பெனியின் ஆட்சியையும் அதனைத் தொடர்ந்து வந்த ஆங்கில அரசின் ஆட்சியையும் முடிவுக்கு கொண்டுவரும் நோக்கில் தேசிய அளவிலும், மாநில அளவிலும் நடந்தது. இதில் நிகழ்ந்த கலகங்கள், அகிம்சைவழிப் போராட்டங்கள் முதலிய பல்வேறு நிகழ்வுகளைக் குறிக்கும் ஒரு பரந்துபட்ட வரலாறு ஆகும். இவ்வியக்கம் பிரிக்கப்படாத இந்தியா மற்றும் அண்டை நாடுகளில் இருந்து ஆங்கில அரசை விலக்குவது மற்றும் அங்கெல்லாம் சுதந்திர அரசை ஏற்படுத்தி சுய ஆட்சியை நிர்மாணிப்பது முதலிய பல்வேறு நோக்கங்களுக்காக எடுத்து செல்லப்பட்ட இயக்கம் ஆகும். ஆயுத, வழி போராட்டங்கள் மட்டும் போதாது என உணர்ந்த காந்தியடிகளின் வருகை, இந்திய சுதந்திர போராட்ட வரலாற்றில் புதுமையான அத்தியாயத்தை உருவாக்கியது. எதிர் தாக்குதல்கள் எதுவும் இல்லாமல் அகிம்சை வழியில் போராட்டங்களை முன்னெடுத்தார்.

### இந்தியப் போராளிகள்

பூலித்தேவன், வீரபாண்டிய கட்டபொம்மன், வீரன் சுந்தரலிங்கம், மருது, பாண்டியர், தளவாய் வேலுத்தம்பி , தாந்தியா தோப்பே, ஜான்சிராணி, ராணி இலட்சுமிபாய் ஆகியோரில் ஆரம்பித்து லோகமான்ய பாலகங்காதர திலகர், பிபின் சந்திரபால், மோதிலால் நேரு, பண்டித மதன் மோகன் மாளவியா, இலாஜா இலஜபதிராய்,புரட்சித் தளபதி பாகாஜதீன், வ.உ.சிதம்பரம் பிள்ளை, வ.வெ.சுப்பிரமணிய ஐயர், மகாகவி சுப்பிரமணிய பாரதியார், சுப்பிரமணிய சிவா, சத்தியமூர்த்தி, குதிராம் போஸ்,

சித்தரஞ்சன்தாஸ், நேத்தாஜி சுபாஸ் சந்திரபோஸ், கொடி காத்த குமரன், பகத்சிங், கே.பாஷ்யம் ஐயங்கார் போன்ற பல வீரர்களின் போராட்ட வரலாற்றில் பெற்றதுதான் இந்திய சுதந்திரம்.

**தியாகி**

1857 சுதந்திரப் போராட்ட எழுச்சியின் 150வது ஆண்டுவிழாவை நினைவுகூரும் வகையில் இந்திய வரலாற்று ஆராய்ச்சிக் கழகத்திற்காக (ஐ.சி.எச்.ஆர்.), கலாச்சார அமைச்சகம் இந்தியாவின் சுதந்திரப் போராட்ட "தியாகிகள் அகராதி"யை தொகுக்கும் பணியை துவக்கியது.தியாகி என்பவர், இந்திய விடுதலைக்காக தேசிய இயக்கத்தில் பங்கேற்றபோது உயிர்நீத்த அல்லது அடக்குமுறையின்போது அல்லது சிறையில் இருக்கும்போது கொல்லப்பட்ட அல்லது மரண தண்டனை விதிக்கப்பட்டவர் என இந்த அகராதியில் விளக்கப்பட்டுள்ளது.

**பெண் விடுதலைப் போராளிகள்**

தேசிய அளவில் ஜான்சிராணி, ராணி இலட்சுமிபாய், கிட்டூர்ராணி சென்னம்மா, அவந்திபாய் அன்னிபெசன்ட் அம்மையார் போன்றோரும், தமிழகத்தில் வேலுநாச்சியார், தில்லையாடி வள்ளியம்மை போன்றோரைத் தவிர கடலூர் அஞ்சலையம்மாள், லட்சுமிகௌஸ், லீலாவதி அம்மையார் போன்ற பல பெண் போராட்ட வீரர்கள் வெளியில் அறியப்படாமல் உள்ளனர். இவர்களைத்தவிர இன்னும் ஏராளமான பெண் விடுதலைப் போராளிகள் உள்ளனர்.

**தமிழகத்தில் களம் கண்ட பெண் போராளிகள்.**

1. தமிழகத்தில் ராணி வேலுநாச்சியார்,
2. தில்லையாடி வள்ளியம்மை
3. மருத்துவ படிப்பை உதறிவிட்டு, சுதந்திர போர்க்களத்தில் குதித்த சிவகாமு அம்மா.
4. கள்ளுக்கடை மறியலால் இந்தியாவையே திரும்பிப் பார்க்கவைத்த நாகம்மாள் மற்றும் கண்ணம்மாள்.
5. கதர் விற்பனையை அதிகப்படுத்த வேண்டுமென அதையே ஒரு ஆயுதமாய் மாற்றிட "சகோதரிகள் சங்கத்தை" துவக்கிய பத்மாசனி அம்மாள்.
6. தாயம்மாள்.
7. திருமதி. ஜோஸப்.

8. திருமதி. சுந்தரமையங்கார்.
9. சுப்புலட்சுமி அம்மாள்.
10. டி.வி.எஸ். சௌந்தரம்.
11. தாயாரம்மாள்.
12. சீதையம்மாள்.
13. முனியம்மாள்.
14. டாக்டர் பிச்சைமுத்து அம்மாள்.
15. சேலம் அங்கச்சி அம்மாள்.
16. கடலூர் அஞ்சலையம்மாள், அவரது 12 வயது மகள் அம்மாகண்ணு.
17. யாமினி பூர்ண திலகம்மா.
18. திருமதி. மாசிலாமணி.
19. திருமதி. ருக்மணி லட்சுமிபதி.
20. எஸ்.அம்புஜம்மாள்.
21. ஞானம்மாள்.
22. பி.லீலாவதி.
23. லலிதா பிரபு.
24. பத்மாவதி அம்மா.
25. கம்பீரமான குரல் வளத்தால் தேசபக்திப் பாடல்களைப் பாடிய கோதைநாயகி,
26. கே.பி.சுந்தராம்பாள்,
27. டிகே.பட்டம்மாள்,
28. எஸ்.ஆர்.ரமாமணிபாய்.
29. காந்தி.புராணம் மற்றும் திலகர் புராணம் எழுதிய அசலாம்பிகை அம்மையார்.
30. ஆண்களே பெண்கள் வேடமிட்ட காலத்தில் துணிச்சலுடன் மேடையேறிய கே.பி.ஜானகிஅம்மாள்.
31. உலகப்போருக்கு எதிராகப் பிரச்சாரம் செய்ததால் கைது செய்யப்பட்ட சொர்ணம்மாள்,
32. அருப்புக்கோட்டை செல்லம்மாள்.
33. அகிலாண்டத்தம்மாள்.

34. லட்சுமிபாரதி.
35. திருமதி.சௌந்தரம் ராமச்சந்திரன்.
36. திருமதி.கிருஷ்ணசாமி.
37. திருமதி.ராமசாமி.
38. ஜமீந்தாரிணி ராதாபாய்.
39. சி.ஆர். சாரதாம்பாள் அம்மாள்.
40. பியாரி பீபி.
41. சரஸ்வதி பாண்டுரங்கம்.
42. சொர்ணம்மாள்.
43. லட்சுமி பாய்.
44. எம்.ஆர்.கமலவேணி.
45. கோவிந்தம்மாள்...
46. லட்சுமிகௌல்.
47. அக்கம்மா செரியன்.
48. பத்மாவதி ஆஷர்.
49. லலிதா பிரபு.
50. சிவகாமு அம்மா.
51. என்.எம்.ஆர்.எஸ்.பர்வதவர்த்தினி.
52. அஞ்சலை பொன்னுசாமி.
53. S. N.சுந்தராம்பாள்.
54. மரகதம் சந்திரசேகர்.

இப்படியாக, சுதந்திரப் போராட்டத்தில் களம்கண்ட பெண்களின் பட்டியல் இன்னும் நீள்கிறது. ஆண்கள் மட்டுமின்றி, பெண்களின் மகத்தான, போராட்ட உணர்வு காரணமாகவே, சுதந்திரம் பெற்ற நாம், இன்றைக்கு அதே பெண்களை பாலியல் ரீதியான சுரண்டல்களுக்குப் பலி கொடுத்து வருகிறோம்.

2

# சுதந்திரத்துக்காக, வீரவாள் வீசிய முதல் இந்தியப் பெண்மணி இராணி வேலுநாச்சியார்

### சிவகங்கை இராணி வேலுநாச்சியார்

சிவகங்கை இராணி வேலுநாச்சியார், பிறப்பு 03-01-1730; இறப்பு:25-12-1796. இவரது ஆட்சிக்காலம் கி.பி.1780 - கி.பி.1783. சிவகங்கை தலைநகரான காளையார்கோவிலை கிழக்கிந்திய கம்பெனியின் படை முற்றுகையிட்டது. அப்போது சிவகங்கை மன்னர் முத்துவடுகநாதத்தேவரின் மனைவியான வேலுநாச்சியார் வீரத்தோடு எதிர்த்தார். இதன் மூலம் தமிழக மகளிர் வீரத்தில் குறைந்தவர்கள் இல்லை என்பதை நிரூபித்தார். ஆங்கிலேய ஆதிக்கத்துக்கு எதிராகப் போராடிய முதல் இந்தியப் பெண்மணி என்ற பெருமையும் வேலுநாச்சியாருக்கே உரித்தானது.

### சிறைப்பட்ட இந்தியா

நமது இந்திய நாடு, ஒருகாலத்தில், ஆங்கிலேயர்களிடம் , சுமார் 300 ஆண்டுகள் சிறைப்பட்டு கிடந்தது. நாட்டை அவர்களின் பிடியிலிருந்து மீட்டு எடுக்க, இந்தியா முழுவதிலும் இருந்து நம் முன்னோர்கள் நீண்ட நெடிய போராட்டங்கள், காந்தியின் உண்ணாவிரதப் போராட்டம் உள்ளடக்கி, நடத்தி இருக்கின்றனர். அவர்களின் போராட்டம், அன்றைய வாழ்நிலை, அவர்களின் மனநிலை, அவர்கள் மீது நடத்தப்பட்ட ஒடுக்குமுறை பற்றி, எழுதப்பட்ட வரலாறு மூலமே தெரியவருகிறது. அவற்றைப் பற்றிய முழுமையான சரித்திரம் நமக்கு கிடைக்கவில்லை என்றே நாம் கொள்ளவேண்டும். ஆனால் அந்த வரலாறு, போராட்ட உணர்வுள்ள இந்தியரால் எழுதப்பட்டதா? அல்லது அன்று ஆங்கிலேயருக்கு, விசுவாசமான மனிதர்கள் எழுதினார்களா? நமக்கு இது பற்றி சரியான, முறையான தகவல் இல்லை.

## நமது இந்திய சுதந்திர வரலாறு

நமது முதல் சுதந்திரப் போரை சிப்பாய் கலகம் என்றே. 1970 கள் வரை, நமது பள்ளி பாடப் புத்தகங்கள் சித்தரித்தன. நாமும் அப்படியே எண்ணினோம். அதனை கேள்வி கேட்டு உண்மை நிலை அறியும் பக்குவம் கூட நம்மிடம் இல்லை என்பது வேதனையான உண்மையும்கூட. அந்த நிலைதான் நீண்ட கால இந்திய கல்வி நிலையாக இருந்தது. பின்னரே, அது முதல் சுதந்திரப் போர் என்று மாற்றி எழுதப்பட்டது. இன்று எழுதப்பட்டுள்ள இந்திய வரலாற்றில், சுதந்திரத்தில் ஈடுபட்ட அனைவரின் பெயர்களுமா பதிவு செய்யப்பட்டுள்ளன? இல்லையே. ஏராளமான பெயர்கள் விடுபட்டு இருக்கலாம். எழுதுபவர் அவரவர் விருப்பு வெறுப்புக்கு ஏற்பதானே எழுதுவார்கள். நம் இந்திய வரலாற்றில் சுதந்திரத்துக்காக போரிட்ட தமிழக வீரர்களின் பெயர்கள் மிகக் குறைவாகவே பதிவு செய்யப்பட்டுள்ளன. மறக்கப்பட்ட , மறைக்கப்பட்ட பெயர்கள், ஏராளமே. அதிலும் பெண்களின் பெயர்கள் என்றால், ஏளனமாகப் பார்த்தும்கூட சில சமயம் பதிவிலிருந்து விடுபட்டுப் போகிறது. வீரபாண்டிய கட்டப் பொம்மனைத் தெரிந்த அளவு, எத்தனை பேருக்கு மருது சகோதரர்களைத் தெரியும். ஒருக்கால் 1960களில் வந்த ‘சிவகங்கைசீமை’ படம் பார்த்திருந்தால் சிலருக்கு, அந்தக் காலத்து ஆசாமிகளுக்கு, மருது சகோதரர்கள் ஞாபகம் வரும். அவ்வளவே. அதிலும் வீரபாண்டிய கட்டபொம்மன் என்றால், நடிகர் சிவாஜியின் முகம்தான் தமிழக மக்களுக்கு நினைவில் நிற்கிறது. நிஜ வீரபாண்டியனை, நம் யாருக்கும் தெரியாது. சரித்திரப் பாடங்களிலும் படம் இல்லை.

### யார் இந்த வேலுநாச்சியார்?

எல்லோருக்கும் விடுதலைக்காக போரிட்டு வீரமரணம் அடைந்த வடநாட்டு ஜான்சிராணியை தெரியும். ஆனால் அவருக்கு 100 ஆண்டுகளுக்கு முன்பே, அந்நியருடன் போரிட்ட வேலுநாச்சியார் (03-01-1730 – 25-12-1796), பற்றி மிகக் குறைவாகவே தமிழக மக்களுக்கே தெரியும். இவர் சிவகங்கையை ஆட்சி புரிந்தவர். தனது துணைவரான, முத்துவடுகத்தேவரைவிட, மதிநுட்பமும், ஆளுகைத்திறனும், போர்த்திறனும் பெற்றவர். இந்தியாவின் முதல் சுதந்திரக் குரல் பூலித்தேவனின் குரலே. (பூலித்தேவன் - 1715–1767) இவர் நெற்கட்டும் செவலைத் தலைமையிடமாகக்கொண்டு ஆண்டு வந்த பாளையக்காரராவார். இந்திய விடுதலை வரலாற்றில்

வெள்ளையனே வெளியேறு என்று முதன்முதலாக 1751ஆம் ஆண்டில் வீர முழக்கமிட்டவர். இதனால் இந்தியாவின் முதல் விடுதலைப்போர் எனக் கருதப்படும் சிப்பாய்க்கலகத்திற்கும் (1857) முன்னோடியாகக் கருதப்படுகிறார். இவருக்குப் பின்னர் ஆங்கிலேயரை எதிர்த்த கம்பீரக்குரல் வீரமங்கை இராணி வேலு நாச்சியாரின் குரலே! ஜான்சிராணி பிறந்தது 1830. இவருக்கு சுமார் 100 ஆண்டுகளுக்கு முன்பே பிறந்தவர் வேலுநாச்சியார். பிறந்த வருடம் 1730.

**சிவகங்கை**

சிவகங்கை மாவட்டம், தமிழ்நாட்டின் தென்பகுதியில் உள்ளது. இதன் மக்கள்தொகை 1,414,993 (2022).இதில் ஆண்,பெண் விகிதம், 1000:1003, இது இந்திய விகிதத்தைவிட (100:97.6) பெண்கள் அதிகம். அதேபோல இது தமிழகத்தில் பொருளாதாரத்தில், தொழில் வளர்ச்சியில், வளத்தில், நீர்வளத்தில் பின்தங்கிய மாவட்டமாக இருந்தாலும், கல்வி அறிவு அதிகம் உள்ள மாவட்டம். இந்திய சராசரியைவிட அதிகம். இந்தியாவின் கல்வியறிவு 74.01%. சிவகங்கையில் கல்வியறிவு, 89.10 %.அதில் ஆண்கள்: 93.65%, பெண்கள் 84.56%. இதன் காரணம் 1992களில் இங்கு அறிவொளி இயக்கம் நடந்தது. அப்போது ஆட்சியர் திருமிகு. குத்சியா காந்தி இருந்தார் . அவருடைய ஒத்துழைப்பாலும், தமிழ் நாடு அறிவியல் இயக்கத் தொண்டர்களாலும், அவருடன் ஈடுபட்டு உழைத்து, கல்வியை மேம்படுத்திய தொண்டர்கள், கருத்தாளர்கள், மாவட்ட ஒருங்கிணைப்பாளர்களையே இந்த பெருமை சேரும். நானும் (மோகனா) இங்கே கருத்தாளராக பணி புரிந்தேன். குத்சியா காந்தி என்னை, இங்கு மாவட்ட ஒருங்கிணைப் பாளராக பணியாற்ற அழைத்தார். என்னால் பழனியைவிட்டு அங்கு சென்று பணிபுரிய முடியாத நிலையில், அவ்வப்போது அங்கே போய் செயல்பட்டேன்.தமிழகம் முழுவதும், தமிழ்நாடு அறிவியல் இயக்க நண்பர்கள், அறிவொளி இயக்கத்தில் இருந்தோம். எங்கள் அனைவரின் வாழ்விலும், மறக்க முடியாத இனிய, சந்தோஷமாய் கஷ்டப்பட்ட, மக்களோடு மக்களாய் வாழ்ந்த, பழகிய, பாடிய, நடித்த, உண்ட, உறங்கிய நாட்கள் அவை. (பின் நான்-மோகனா- திண்டுக்கல் மாவட்டத்தில் மாவட்ட ஒருங்கிணைப்பாளராக பணி புரிந்தேன்).

**வேலுநாச்சியார் பிறப்பும் & போர்ப்பயிற்சியும்**

இராமநாதபுரம் மன்னர் பெயர் (ஆட்சிக் காலம் கி.பி.1748- 1762) செல்லமுத்து சேதுபதி. இவர் சிவகங்கைக்கு அருகிலுள்ள 'சக்கந்தி'

என்னும் ஊரைச் சேர்ந்த முத்தாத்தாள் நாச்சியார் என்பவரை மணமுடித்தார். அவர்களுக்கு 1730ஆம் ஆண்டு, ஜனவரி 3ம் நாள் ஓர் அழகிய பெண் குழந்தை பிறந்தது; வேலுநாச்சியார் எனப் பெயரிட்டனர். வேலுநாச்சியார் ஆண் வாரிசுபோல வளர்க்கப்பட்டார். செல்லமுத்து சேதுபதி, மகள் வேலு நாச்சியாரைக் கல்வி - கேள்விகளில் சிறந்தவராக ஆக்கினார். மகளுக்கு தாய்மொழி தமிழ் மட்டுமின்றி, கன்னடம், தெலுங்கு, மலையாளம், உருது, சமஸ்கிருதம், ஆங்கிலம் என மேலும் ஆறு மொழிகளையும் சொல்லிக் கொடுத்து, பன்மொழிப் புலமையாளராக திறமையுடன் வளர்த்தார். வேலுநாச்சியார் போர்க்களம் சென்று, வாளெடுத்துப் போர் புரியும் ஆற்றலும் பெற்றார். வளரும் மகளுக்கு குதிரை ஏற்றம், வாள் வீச்சு, சிலம்பம், வளரி என ஆயுதத்தை கையாளல் போன்ற போர்க்களப் பயிற்சிகளை கற்றுக் கொடுத்தார். வேலுநாச்சியாரும் பயிற்சிகளை மிகவும் கவனத்துடன் கற்றுக்கொண்டார். பயிற்சி பெறுகின்றபோதே ஒருவருக்கு ஒருவர் என்பதைப்போல வாள் சுழற்சிப் பயிற்சியை கற்றுக் கொள்ளாமல், தன்னைச் சுற்றி பத்து பேர்களை நிற்க வைத்து கடுமையாக பயிற்சி

பெற்றார். அவர் ஒரு சிறந்த போர் வீராங்கனையாக உருவாக்கப்பட்டார்.

**வேலுநாச்சியார் திருமணம்**

அப்போதெல்லாம் 18ஆம் நூற்றாண்டுகளில் பெண்களுக்கு 12, 13 வயதில் திருமணம் செய்துவிடுவது வழக்கம். செல்லமுத்து சேதுபதி மகள் 16 வயதை எட்டியதும், மகளுக்கு நல்ல வீரம் மிகுந்த தோதான மாப்பிள்ளையைத் தேடினார். மகளுக்கு இணை வீரராய் மருமகன் இருக்க வேண்டும் என்றும் விரும்பினார். சிவகங்கைச் சீமையை ஆளும் இரண்டாவது மன்னரான முத்துவடுகநாதரே தன் மகளுக்கு ஏற்றவர் என அறிந்தார். முத்து வடுகநாதப் பெரிய உடையத்தேவருக்கு, 1746-இல் வேலுநாச்சியாரை திருமணம் முடித்து வைத்தார். திருமணம் முடிந்ததும் வேலுநாச்சியார், முத்துவடுகநாதரின் பட்டத்து ராணியானார். முத்துவடுகநாதருக்கு வேலுநாச்சியாரின் போர்க்களச் செயல்பாடுகள் பிடித்திருந்தன. இவர்தான் ராஜா முத்துவடுகநாதனுக்கு நண்பர், மதி மந்திரி, தத்துவ ஆசான், அரசை வழிநடத்த உதவும் ராஜ தந்திரி மற்றும் குருவாகவும் இருந்தார். வேலுநாச்சியார், மிகச் சிறந்த போர்ப் பயிற்சி பெற்றவர். எனவே வேலுநாச்சியாரின்கீழ் இரண்டாயிரம் படை வீரர்களை பிரித்துக் கொடுத்தார் முத்துவடுகநாதர். 16 வயதிலேயே வேலுநாச்சியார் ஒரு படைக்கு தளபதியாகத் திகழ்ந்தார். இவருக்குப் பின் கௌரிநாச்சியாரை, முத்துவடுகநாதர், இரண்டாவது மனைவியாக மணம் முடித்தார்.

## முத்துவடுகநாதர் போரில் இறப்பு

முத்துவடுகநாதத் தேவர், சிவகங்கைச்சீமையை ஆட்சி செய்த போது, அவரது நிர்வாகத்திற்கு பிரதானி தாண்டவராய பிள்ளை, ராணி வேலுநாச்சியார், மருது சகோதரர்கள் பெரிதும் துணையாக இருந்தனர். நீண்ட நாட்களுக்கு வேலுநாச்சியாருக்கு குழந்தைப்பேறு இல்லாமலிருந்தது. பின்னர் ஒரு பெண் மகவு பிறந்தது. அக்குழந்தைக்கு வெள்ளச்சி எனப் பெயரிட்டு செல்லமாக வளர்த்தனர். அப்போது முத்துவடுகநாதத் தேவர், ஆற்காடு நவாபிற்கு கப்பம் கட்ட மறுத்தார். எனவே கம்பெனிப் படையும், நவாபின் படையும் இணைந்து காளையார் கோவிலில் தங்கியிருந்த முத்துவடுகநாதத் தேவர்மேல் போர் தொடுத்தன. போர் நடைபெற்றது. ஆனால் நவாப் முத்துவடுகநாதருடன் நேரடியாகப் போரிட்டு வெற்றி பெறமுடியாது என்பதால், அவரது செயல்களைக் கண்காணித்து மறைந்து தாக்கத் திட்டமிட்டனர். எனவே காளையார் கோவில் போரின்போது, 1772ஆம் ஆண்டு ஜூன் 25 ஆம் நாள், கம்பெனிப் படையின் வீரர்கள், காளீஸ்வரரை வழிபாடு செய்துகொண்டிருந்த, ராஜா முத்துவடுகநாதரை, கள்ளத்தனமாக சுற்றி வளைத்துப் பிடிக்க முற்பட்டனர். கம்பெனியின் அதிகாரி பான்ஸோர் வஞ்சகத்தனமாக பீரங்கியுடன் வந்திருந்தான். அதனையும் அறிந்த முத்துவடுகநாதர் வெள்ளையருடன் வீரம் செறிந்த போர் செய்து, 10,000 வீரர்களுடன் வீர மரணம் அடைந்தார். அப்போது வேலுநாச்சியார் கொல்லங்குடியில் மகளுடன் இருந்தார்.

## கணவர் இறந்தும், தளராமல் எதிரிப் படையைச் சிதறடித்த நாச்சியார்

திடீர் தாக்குதலில் கோட்டை வீழ்ந்து மன்னர் இறந்துவிட்டார் என செய்தியறிந்தார் வேலுநாச்சியார்; கதறி அழுதார். கணவரின் உடலைப் பார்க்க, தானிருந்த இடத்திலிருந்து காளையார் கோயிலுக்குச் சென்றார். நாச்சியாரைக் கைது செய்ய, படை அனுப்பினான் நவாப். படை வேலுநாச்சியாரை வழியிலேயே மடக்கியது; நாச்சியார் மடங்கவில்லை. ஆவேசத்துடன் போரிட்டு, எதிரிப்படைகளை சிதறி ஓடச் செய்தார்.

## மருது சகோதரர்கள் ஆலோசனை

இறந்த கணவரை சென்று பார்த்துவிட வேண்டும் என்பது நாச்சியாரின் நோக்கம். ஆனால் தளபதிகள் மருது சகோதரர்கள் அவருக்கு வேறு ஆலோசனை தந்தனர். 'கோட்டை வீழ்ந்துவிட்டது.

அரசர் இறந்துவிட்டார்.நீங்களும் போய் சிக்கிவிட்டால் நம்மால் நவாபை பழிவாங்கமுடியாது. நாட்டைக் கைப்பற்றவும் நாட்டின் பெருமையைக் காப்பாற்றவும் நீங்கள் வாழ்ந்தாக வேண்டும். எனவே அங்கே போகக் கூடாது' என்றார்கள். ஆனால் நாச்சியார் கேட்கவில்லை. கணவரின் உடலைக் காண காளையார் கோவில் சென்றார். இதற்குள் நவாப் கூட்டமும் ஆங்கிலேயப் படைகளும் சிவகங்கைக்குள் நுழைந்துவிட்டன.

வேலுநாச்சியார் காளையார் கோவிலில் கண்ட காட்சி கொடூரமானது.

"எங்கெங்கும் பிணக் குவியல். கோயில் திடலின் நடுவே அரசரும் இளையராணியும் ரத்தம் வடிந்து இறந்து கிடந்தார்கள்." காணக்கூடாத காட்சி; கதறி அழுதார் நாச்சியார். கணவருடன் உடன்கட்டை ஏறிவிடலாமா என்றும் யோசித்தார். ஆனால் கணவனைக் கொன்ற கயவர்களைப் பழிவாங்காமல் சாவதா? அந்த வீரமங்கைக்கு அது இயலாத காரியம்.

**இழந்த சிவகங்கைச்சீமையை மீட்க சபதம் எடுத்த வேலுநாச்சியார்**

பிரதானி தாண்டவராயர், மருது சகோதரர்கள் வேலு நாச்சியாரைச் சமாதானம் செய்து, இழந்த சீமையை, எவ்வகையிலும் மீட்டுத் தருவதாக ராணிக்கு வாக்குறுதி வழங்கினர். கொல்லங்குடியில் தங்கியிருந்த வேலுநாச்சியார், வெள்ளச்சி நாச்சியார் முதலியோர் பிரதானி தாண்டவராய பிள்ளை, மருது சகோதரர்கள் துணையுடன் மேலூர் வழியாக திண்டுக்கல்லுக்கு அருகிலுள்ள விருப்பாட்சிப்பாளையம் (இப்போது இதன் பெயர் விருப்பாச்சி) என்ற ஊருக்குத் தப்பிச் சென்றனர். ராணி சிவகங்கையிலிருந்து, சுரங்கப்பாதை வழியாகவே, விருப்பாட்சி வந்ததாக சொல்லப்படுகிறது. (இப்போதும் கூட சுரங்கப்பாதை உள்ளதாக செவிவழிச் செய்தி உலவுகிறது). விருப்பாட்சிப் பாளையக்காரர் கோபால நாயக்கர், விருப்பாட்சியில் வேலுநாச்சியார், மருது சகோதரர்கள் மிகப் பாதுகாப்பாகத் தங்குவதற்குத் தகுந்த வசதிகளைச் செய்து கொடுத்தார். 1772ஆம் ஆண்டு ஐரோப்பியரின் படையெடுப்பால் கணவரை இழந்த வேலுநாச்சியார் நாட்டை மீட்டெடுக்க வாய்ப்பு நோக்கி காத்திருந்தார். வேலுநாச்சியார் விருப்பாட்சிக் காடுகளில் தங்கியே தன் படை வீரகளுக்கு பயிற்சி அளித்தார்

**ஹைதர் அலி சந்திப்பு**

வேலு நாச்சியார் மகள் வெள்ளச்சி நாச்சியார், மருது சகோதரர்கள் ஆகியோர், திண்டுக்கல் கோட்டையிலிருந்த மைசூர்

மன்னர் ஹைதர் அலியைச் சந்தித்தனர். அவர், அவர்களை வரவேற்று உபசரித்து, ராணியுடனிருந்த சிறுமி வெள்ளச்சி நாச்சியாரைக்கண்டு மனமிரங்கினார். ஆற்காடு நவாபின் பிடியிலிருந்து இராமநாதபுரம், சிவகங்கை ஆகிய மறவர் சீமைகளை விடுவித்து நவாபை விரட்டி அடிப்பதற்கு ராணி வேலுநாச்சியார் திண்டுக்கல்லில் தங்கியிருந்த மைசூர் மன்னர் ஹைதர் அலியிடம் படை உதவி கேட்டார். 7 மொழிகள் அறிந்த, வேலுநாச்சியார் விருப்பாட்சியில் தங்கி ஹைதர் அலியைச் சந்தித்து உருது மொழியில் ஆங்கிலேயர் எதிர்ப்பு பற்றிப் பேசி விளக்கினார். ஹைதர் அலி அவர்களது தாய்நாட்டுப் பற்றையும், வீரத்தையும்கண்டு வியந்தார்; உதவி செய்வதாக உறுதியளித்தார். மேலும் வேலுநாச்சியாரின் உருது மொழித் திறமையைக் கண்டும் ஆச்சரியப்பட்டார்.

**தானே தலைமே ஏற்றுப் போர் புரிந்த வேலுநாச்சியார்**

பிரதானி தாண்டவராயர் 1772ஆம் ஆண்டு, டிசம்பர் 8ஆம் நாள், வேலுநாச்சியார் சார்பாக ஹைதர் அலிக்கு ஒரு கடிதம் எழுதினார். அதில 5000 குதிரை வீரர்களையும், 5000 போர் வீரர்களையும் அனுப்பி வைத்தால், அவர்களுடன் இணைந்து போரிட்டு, இரு சமஸ்தானங்களையும் நவாபிடமிருந்து கைப்பற்றலாமென கடிதத்தில் குறிப்பிட்டிருந்தார். பிரதானி தாண்டவராயர் முதுமையின் காரணமாக உடல் நலிவுற்று, படை உதவி கேட்ட ஆறு மாதங்களுக்குள் 1773ஆம் ஆண்டு இறந்து போனார். பிரதானி

தாண்டவராயர் இறப்புக்குப்பின், வேலுநாச்சியார் தானே அனைத்து அரசியல் விவகாரங்களிலும் ஈடுபட முடிவு எடுத்து ஈடுபட்டார். பிரதானி விட்டுச் சென்ற பணிகளை குறிப்பாக, சிவகங்கைச் சீமையின் நாட்டார்களுடன் கொண்ட ஓலைத் தொடர்புகளை, தொடர்ந்து கடைபிடித்து வந்தார். தமது கணவரிடம் மிகுந்த விசுவாசத்துடன் இருந்த மருது சகோதரர்களையும் அரசியல் பணியில் வேலுநாச்சியார் ஈடுபடுத்தினார். ராணி வேலுநாச்சியார் ஹைதர் அலியின் படை உதவியை எதிர்பார்த்து, எட்டு ஆண்டுகள் விருப்பாட்சிப்பாளையத்தில் தங்கியிருந்தார். அவருக்குப் பக்கபலமாகப் பெரியமருதுவும், சின்னமருதுவும் துணையாக உடனிருந்தனர்.

**ராணிக்கு ஆதரவான சிவகங்கை மக்கள்**

சிவகங்கைச்சீமை மக்கள் பலர், சிறு சிறு குழுக்களாக ஆயுதங்களுடன் விருப்பாட்சி போய்ச் சேர்ந்தனர். அவர்கள் ராணி வேலுநாச்சியாரைச் சந்தித்து தங்கள் ஆதரவைத் தெரிவித்தனர். சிலர் அங்கேயே ராணிக்குப் பாதுகாப்பாகத் தங்கவும் செய்தனர். எட்டு ஆண்டுகள் கடந்துவிட்டன. ராணி வேலுநாச்சியாரது முயற்சிகள் வெற்றி பெறுவதற்கான வாய்ப்பு வந்தது.

**முப்படைப் பிரிவுகள்**

விருப்பாட்சியிலிருந்து சிவகங்கைச்சீமைத் தலைவர்களுக்கு அனுப்பிய ஓலைகளுக்கு நல்ல பலன் கிடைத்தது. வேலு நாச்சியார் தனது படைகளை 'சிவகங்கை பிரிவு'', 'திருப்புத்தூர் பிரிவு'' 'காளையார் கோவில் பிரிவு' என்று மூன்று பிரிவுகளாக்கினார்.

சிவகங்கைப் பிரிவிற்கு தனது தலைமையிலும், திருப்பத்தூர் பிரிவிற்கு நள்ளியம்பலம் என்பவர் தலைமையிலும், காளையார் கோவில் பிரிவிற்கு மருது சகோதரர்கள் தலைமையிலும் படைகளைப் பிரித்து செயல்பட்டார்.

**நவாபை அழிக்க திட்டம்... ஹைதர் அலி**

ஆங்கிலேயர்களையும் ஆற்காடு நவாபையும், அழித்தொழிக்கும் அற்புதத் திட்டமொன்றினை உருவாக்கினார் ஹைதர் அலி. சிவகங்கைச்சீமையை ஆற்காடு நவாபின் ஆக்கிரமிப்பிலிருந்து மீட்க உதவும் படைகளைத் திண்டுக்கல் கோட்டையில் பெற்றுக் கொள்ளுமாறு ராணி வேலுநாச்சியாருக்கு ஹைதர் அலி, செய்தி அனுப்பினார். குறிப்பிட்ட நாளன்று, ராணி வேலுநாச்சியார், மருது சகோதரர்கள் வழிகாட்டுதலில் ஹைதர் அலி வழங்கிய குதிரைப் படைகள், சின்ன மறவர் சிவகங்கைச் சீமை நோக்கிச் சீறிப் பாய்ந்தன.

**சிவகங்கை புறப்பட்ட ராணியின் படை**

1780ஆம் ஆண்டு ஜூன் மாதம் ஒரு படை திண்டுக்கல்லிலிருந்து சிவகங்கை நோக்கிப் புறப்பட்டது. ஹைதர் அலி, 5000 குதிரை வீரர்களையும் 5000 போர்வீரர்களையும், பீரங்கிப்படை ஒன்றையும் அனுப்பி வைத்தார். ஆற்காடு நவாபின் படைகள் வழியில் பல்வேறு தடைகளை அமைத்தன. வேலு நாச்சியாரது குதிரைப் படைகள், அத்தடைகளைத் தகர்த்தெறிந்து, பெரும் தாக்குதலில் ஈடுபட்டன. வேலுநாச்சியார், தனது தோழி குயிலியின் துணையுடன், அந்நியக் கம்பெனியின் வெள்ளைப் படைகளின் வெடிமருந்துக் கிடங்குகளை அழித்தும், வெறித்தனமாகவும், வீர சாகசமாகவும், போரிட்டு அவர்களை வெற்றி கொண்டார்.

ராணி வேலுநாச்சியார் சிலை (சிவகங்கை மணிமண்டபம்)

வேலுநாச்சியார் முப்படைப் பிரிவை அனுப்பி மும்முனைத் தாக்குதல் நடத்தி நவாபின் படைகளை எளிதில் வெற்றி கண்டார்.

### வரலாறு பேசும் மானாமாதுரை வைகையாறு

படை வைகை ஆற்றின் வழியில் சோழவந்தானையும், பிறகு சிலைமானையும், அதன் தொடர்ச்சியாக திருப்புவனம், முத்தனேந்தல் நகரங்களை வென்றது. மதுரைக்கருகில் 'கோச்சடை' என்னுமிடத்தில் கம்பெனிப் படைகளும், நவாபின் படைகளும் தடைகள் ஏற்படுத்தித் தாக்கின. வேலு நாச்சியாரது படைகள், நவாபின் படைகளைப் பாய்ந்து தாக்கித் தவிடுபொடியாக்கின. மானாமதுரை வைகையாற்றுப் பகுதியில், வேலுநாச்சியாரது படைகள், கம்பெனி படைகளைத் தாக்கி அவைகளை ஓடி ஒளியச்செய்து போரிட்டு வெற்றி பெற்றன. பிறகு, கடைசி யுத்தமாக மானாமதுரை நகரத்தில், போர்ப்பயிற்சி பெறாத மக்களின் துணைகொண்டு பரங்கியர்களை வெற்றிகொண்டனர். 1780-ஆம் ஆண்டு ஐப்பசித் திங்கள் 5ஆம் நாள், வேலுநாச்சியார் தலைமையில் புறப்பட்ட பெரும் படை திண்டுக்கல்லில் இருந்து சிவகங்கை நோக்கிப் புறப்பட்டு, கடும் போர் புரிந்து காளையர் கோயிலை மீட்டது.

வீரச்சமர் புரிந்து, சபதம் வென்ற ராணி வேலுநாச்சியார் தனது கணவனுக்காகவும், மக்களுக்காகவும் போட்ட சபதத்தை, நிறைவேற்றி, வெற்றி பெற்றார். அதன் பிறகு சின்ன மருதை அமைச்சராகவும், பெரிய வெள்ளை மருதை தளபதியாகவும் கொண்டு, 1780இல் இராணி என்ற தோரணையோடு, இராணி வேலுநாச்சியார் சிவிகையின் மூலம் படைவீரர்கள் புடை சூழ சிவகங்கை வந்தார். விழாக்கோலம் பூண்ட சிவகங்கையில் வேலுநாச்சியார், சிவகங்கைச் சீமையின் முதல் இராணியாக முடிசூட்டப்பட்டார்.

### இளவரசி வெள்ளச்சியின் பிரதிநிதி வேலுநாச்சியார்

வெற்றி பெற்ற வேலுநாச்சியார், இளவரசி வெள்ளச்சி நாச்சியாரும் மருது சகோதரர்களும் சிவகங்கைக் கோட்டைக்கு வந்து சேர்ந்தனர். மக்கள் கூட்டம் அவர்களை மகிழ்வுடன் வரவேற்று வாழ்த்தி வணங்கியது. 1780ஆம் ஆண்டு வேலுநாச்சியார், தனது மகள் வெள்ளச்சி நாச்சியாரை சிவகங்கைச்சீமையின் அரசியாக மிகவும் எளிமையான ஒரு விழாவில் முடிசூட்டி, அரியணையில் அமரச் செய்தார். பெரிய மருதுவைத் தளபதியாகவும் (தளவாய்) சின்ன மருதுவை முதலமைச்சராகவும் (பிரதானி) நியமனம் செய்தார். இளவரசி வெள்ளச்சி நாச்சியாரின் பிரதிநிதியாக ராணி வேலுநாச்சியார் சிவகங்கைச்சீமையை 1780ம்

ஆண்டு முதல் மருது சகோதரர்கள் உதவியுடன் ஆட்சி செய்தார். இளவரசி வெள்ளச்சி நாச்சியார் திருமணம் ஆகாத கன்னி, ராணி வேலுநாச்சியார் கணவரை இழந்த கைம்பெண்: எனவே அவர்கள் அரசவை நடவடிக்கைகளில் நேரடியாக ஈடுபட இயலாத நிலை. அத்துடன் உயர்குலப் பெண்கள், தங்கள் தனிமை நிலையைத் தவிர்த்து, பொது வாழ்க்கையில் முழுமையாக ஈடுபடுவது விரும்பத்தகாததாக இருந்தது. எனவே சிவகங்கைச்சீமை நிர்வாகத்தை மருது சகோதரர்களே மிகச் சிறப்பாக நடத்தி வந்தனர்.

**தத்து எடுத்த வேலுநாச்சியார்**

வேலுநாச்சியார், நாலுகோட்டை சசிவர்ணப் பெரிய உடையத்தேவரின் உறவினர் படமாத்தூர் கௌரி வல்லபத்தேவர் என்ற இளைஞனைத் தத்து எடுத்து, தனது வாரிசாக பட்டம் சூட்ட விரும்பினார். அவருக்கு மகள் இளவரசி வெள்ளச்சிநாச்சியாரைத் திருமணம் செய்து, சிவகங்கை மன்னராக்கவும் எண்ணினார். அரசு விழா ஒன்றில் அதனை அறிமுகப்படுத்த ராணி முடிவெடுத்தார். காளையர்கோவில் ஆலயத்தில் படமாத்தூர் கௌரி வல்லபத் தேவருக்கு இளவரசுப் பட்டம் சூட்டப்பட்டது. விழாவுக்கு நாட்டுத் தலைவர்கள் அனைவரும் வந்திருந்தனர். இளவரசர் கௌரி வல்லபத்தேவரை பிரதானிகளும், தலைவர்களும் மரியாதை செலுத்தி வணங்கினர்.

**மருது சகோதரர்களின் துரோகம்**

பின்னர் சிவகங்கை மருது சகோதரர்களுக்கு இளவரசர் கௌரி வல்லபத்தேவரை பிடிக்கவில்லை. வேலுநாச்சியார், தமது மகளை, கௌரி வல்லபத்தேவருக்குத் திருமணம் செய்ய மருது சகோதரர்களுடன் கேட்டார். மருது சகோதரர்கள் திருமணத்தைக் கடுமையாக எதிர்த்தனர். வல்லபத்தேவர் திறமையில்லாதவர், முரட்டுத்தனம் உள்ளவர், அரச குடும்பத் தகுதிகள் இல்லாதவர் எனக் கூறி மறுத்தனர். ராணி கௌரி வல்லபத்தேவரை வாரிசாகத் தத்தெடுப்பதையும், திருமணத்தினால் அதிகாரம் பெறுவதையும் மருது சகோதரர்கள் விரும்பவில்லை. அவர்கள் கௌரி வல்லபத் தேவரை காளையார்கோவில் ஆலயத்தில், பாதுகாப்பில் சிறைவைத்து, கொலை செய்ய முயன்றனர். ராணியார் இது பற்றி மருது சகோதரர்களிடம் கேட்டார். “கௌரி வல்லபத்தேவர் சிறை வைக்கப்படவில்லை; அவர் சிவகங்கைச்சீமையைக் கைப்பற்றி இராமநாதபுரம் - சிவகங்கையை ஒன்றாக்கி ‘சேது நாடு’ என

உருவாக்கத் திட்டமிட்டு, இராமநாதபுரம் முத்துராமலிங்க சேதுபதி மன்னருடன் வல்லபத்தேவர் ஓலைத் தொடர்பில் உள்ளார். எனவே, அவரை காளையார்கோயில் ஆலயத்தில் தனிமைப்படுத்தியுள்ளோம் என்றார்கள். இதற்கிடையில், மருது சகோதரர்கள் ஆலோசனை மற்றும் வற்புறுத்தலில், வேங்கை பெரிய உடையணத்தேவருடன் வெள்ளச்சி நாச்சியார் திருமணம் நடந்தது.

**ராணி, ஆங்கிலேயர் மற்றும் நவாபிடம் உதவி கோரி**

ராணி வேலுநாச்சியார், இதனால் மனம் நொந்தார். அவர் 1789ஆம் ஆண்டு, மே, 19ஆம் நாள் தளபதி ஸ்டூவர்டிற்கு ஒரு கடிதம் எழுதினார். ஆங்கிலேயர்களும், ஆற்காடு நவாபும் சிவகங்கைச்சீமைப் பொறுப்பை, தான் ஏற்றுக்கொள்ள உதவி செய்யவேண்டுமென அதில் குறிப்பிட்டார். ராணி கடிதத்தை தளபதி ஸ்டூவர்ட், மே 21ஆம் நாள் சென்னை கவர்னருக்கு அனுப்பினார். தளபதி ஸ்டூவர்ட் தலைமையில் கம்பெனிப் படைகள் சென்று மருது சகோதரர்கள் படைகளைத் துரத்தி அடித்தன. அடுத்த 5 மாதங்கள் சிவகங்கைச்சீமையில் அமைதி நிலவியது. கம்பெனிப் படைகள், சிவகங்கைக் கோட்டை பாதுகாப்பிற்குக் காவல் இருந்தன. பிறகு மருது சகோதரர்கள் மைசூர் மன்னர் திப்பு சுல்தானின் உதவியைப் பெற்று, படைகளைத் திரட்டி வந்து, திருப்புத்தூர் கோட்டையைக் கைப்பற்றினர். மருது சகோதரர்களுடன்,போர் துவக்கினால், கி.பி.1783ல் மைசூர் மன்னர் திப்புசுல்தானுடன், தான் செய்து கொண்ட உடன்படிக்கையை மீறிய செயலாகும் என நவாப் கருதினார்.

**வெள்ளச்சியின் மரணம்**

சக்கந்தி வேங்கை பெரிய உடையத் தேவரின் மனைவி வெள்ளச்சி நாச்சியார், எதிர்பாராமல், வேலுநாச்சியாருக்கு முன்பே மரணம் அடைந்துவிட்டார். எனவே, சிவகங்கைச்சீமையில் சுமுகமான ஆட்சி மாற்றமும், நிர்வாகமும் ஏற்பட, ஆற்காடு நவாபும், கம்பெனித் தலைமையும் ராணிக்கு ஆலோசனை கூறினர். ராணி வேலுநாச்சியார் சிவகங்கைச்சீமையின் அரச பதவியிலிருந்து விலகுவது; அவருக்குப் பதிலாக சிவகங்கை பெரிய உடையணத் தேவர் மன்னராகப் பதவி ஏற்பது; மருது சகோதரர்கள் பிரதானியாகவும், தளபதியாகவும் பதவியேற்பது எனத் திட்டம் தீட்டினர். வேலுநாச்சியார், இந்த சமரசத் திட்டம், அரச பதவியைப்

பறிக்கும் சதித் திட்டமென உணர்ந்தார். இருப்பினும் மருமகன் வேங்கை பெரிய உடையணத்தேவர், தனக்குப் பதிலாகச் சிவகங்கைச்சீமையின் மன்னராகப் பதவியேற்கப் போகிறார். எனவே வேலுநாச்சியார் இந்த உடன்பாட்டை ஏற்றுக்கொண்டார். மருது சகோதரர்களுக்கும் இதில் மகிழ்ச்சியே. வேலுநாச்சியாரின் பத்தாண்டு கால ஆட்சி 1789ம் ஆண்டு டிசம்பரில் முடிவுற்றது. பின் ராணி நோயுற்றார். ராணி வேலுநாச்சியாருக்கு இதயநோய் ஏற்பட்டது. பிரான்சில் மருத்துவ சிகிச்சை பெற்றார் என்றும் கூறப்படுகிறது. வீரமங்கை வேலுநாச்சியார், 1796ம் ஆண்டு, டிசம்பர் 25ஆம் நாள் வெள்ளிக்கிழமை இறந்தார் என வீரம் வளர்ந்த மண் புத்தகத்தில் கூறப்படுகிறது, ஆனால் ஆதாரம் இல்லை. 1800ம் ஆண்டு வேலுநாச்சியார் இம்மண்ணுலகைவிட்டு மறைந்தார் என்றும் தகவல் உள்ளது.

**வேலுநாச்சியாரின் புகழ்**

வீரநங்கை வேலுநாச்சியாரை 'இந்தியாவின் ஜோன் ஆஃப் ஆர்க்'' எனலாம். 'வெள்ளையருக்கு எதிராக வாளெடுத்து வீரச்சமர் புரிந்தவர், வீரமங்கை வேலுநாச்சியார். அன்று நடத்திய சிறப்பு வாய்ந்த வீரப்போரினால், 'வேங்கடத்திற்கு வடக்கே ஒரு ஜான்சி ராணி தோன்றுவதற்கு முன்பே தமிழகம் தன் ஜான்சிராணியைக் கண்டுவிட்டது' என்று வரலாற்று ஆசிரியர்கள் போற்றுகிறார்கள். என வரலாற்றுப் பேராசிரியர் திருமிகு. ந.சஞ்சீவி, இதனை அவரது 'மருது இருவர்' நூலில் குறிப்பிடுகிறார். மேலும் ஆசிரியர் வீரமங்கை வேலுநாச்சியாரை 'தமிழகத்தின் ஜான்சி ராணி' என்று போற்றுவதைவிட ஜான்சி ராணியை "வடநாட்டு வேலுநாச்சி" என்று புகழ்வதே சாலப் பொருத்தம் என்றார்.

ராணி வேலுநாச்சியார் விருப்பாட்சியில் தங்கி சுதந்திரத்திற்காக போரிட்ட காரணத்துக்காகவே, வேலுநாச்சியாருக்கு மரியாதை செய்வதற்காகவே, திண்டுக்கல் மாவட்ட ஆட்சியர் வளாகத்திற்கு வேலுநாச்சியார் வளாகம் என்று அவரின் பெயர் சூட்டப் பட்டுள்ளது. இவரது பெயர் கோதை அழகி வேலு நாச்சியார் என்றும் சொல்லப்படுகிறது. மேலும், வேலுநாச்சியாரின் தாய்நாட்டுப் பற்றை கௌரவப்படுத்த இந்திய அஞ்சல் துறை, இவரின் நினைவாக, 2008, டிசம்பர் 31ஆம் நாள் ஓர் அஞ்சல் தலையை, வேலுநாச்சியாரின் உருவப் படத்துடன் வெளியிட்டு, இந்திய நாட்டின் நன்றிக்கடனை, வீரப்பெண்மணிக்கு பெருமை செலுத்தியுள்ளது.

இந்திய நாட்டின் சுதந்திரத்துக்காக போரிட்டதில் தமிழக வீரர்களும், பெண்களும்கூட சளைத்தவர்கள் அல்லர் என்ற நிரூபணத்தின் சாட்சியம் இதோ..!

இந்திய அரசு, 2008 டிசம்பர் 31ல் வேலு நாச்சியாரின் நினைவாக, மரியாதை நிமித்தம் வெளியிட்ட அஞ்சல் தலை.

ராணி வேலுநாச்சியார், சிவகங்கை அரண்மனை வளாகம் இன்று பார்வைக்காக திறந்துவிடப்படுகிறது. அரண்மனைக் கட்டிடத்தின் முன்னே சிவகங்கை ராணி வேலுநாச்சியார் கையில் வாளேந்தி கம்பீரமாக நிற்கிறார்.

*Ref:*

1. *https://en.wikipedia.org/wiki/Velu_Nachiyar*
2. *https://indianculture.gov.in/node/2790246*
3. *https://www.thenewsminute.com/article/remembering-queen-velu-nachiyar-sivagangai-first-queen-fight-british-55163*
4. *https://historyulagam.com/velu-nachiyar-history-in-tamil.html*
5. *https://sivaganga.nic.in/*
6. *https://www.pothunalam.com/*
7. *https://www.tamilexpressnews.com/queen-velu-nachiyar-biography/*
8. *https://tamil.oneindia.com/a-life-history-of-rani-velu-nachiyar-cs-444117.html*
9. *https://www.puthiyathalaimurai.com/newsview/22917/First-Women-Freedom-Fighter-Velu-Nachiyar-Birth-Anniversary-Today*
10. *https://tamil.asianetnews.com/politics/velu-nachiyar-realized-the-glory-of-women-s-power-praise-to-prime-minister-modi--r54e9f*
11. *https://tamil.samayam.com/photogallery/news/history-of-velu-nachiyar/photoshow/62350789.cms*
12. *https://historyulagam.com/velu-nachiyar-history-in-tamil.html*
13. *https://www.tamiljob.net/6th-tamil-new-book-notes*

------------

3

# உலகின் முதல் தற்கொலைப் படைப் போராளி குயிலி! சிவகங்கையைக் காத்த படைத்தளபதி

சிவகங்கைச்சீமையின் போராட்ட வரலாற்றைப் புரட்டிப் பார்த்தால், குயிலி என்ற பெண்ணின் தந்திரமிக்க, தைரியமான வியப்புமிகு வீரச் செயல்களை அறியலாம். வீறு கொண்டெழச் செய்யும். மறக்க முடியாத நினைவுகளோடு நிறைந்தவை குயிலியின் செயல்பாடுகள். இலட்சியப் பயணத்தில் எதிரிகளை வீழ்த்தவோ/ சமூகத்தில் எழுச்சி ஏற்படுத்தவோ, ஒருவர் தம் உயிரையே அர்ப்பணித்தால், அவர்தான் தற்கொலைப்படைப் போராளி.

## முதல் தற்கொலைப் போராளி

சரித்திரம் தற்கொலைப் போராளிகளின் துவக்கம் இரண்டாம் உலகப் போரில்தான் என்கிறது. ஜெர்மனிய ஜப்பான் நீர்மூழ்கிக் கப்பல் போரில் ஜப்பானிய வீரர்களின் தற்கொலைப் போராட்டம்தான் இதன் முதல் விதை என்று சொல்லப்படுகிறது. ஆனால் அதற்கும் 150 ஆண்டுகளுக்கு முன்பே ஆங்கிலேயரை எதிர்த்த தமிழ் மண்ணின் போர்க்களத்தில்தான் முதன்முதலாக ‘தற்கொலைப் போராளி‘ உருவானார் என்பது பெரும்பாலோருக்கு தெரியாத விஷயம். அது மட்டுமல்ல; அந்தப் போராளி வீரமங்கையின் பெயர் குயிலி. அவர் தன் சொந்த நாட்டுக்காக உயிர்த்தியாகம் செய்தார். அவர் ஒரு தலித் பெண், வேலுநாச்சியாரின் மெய்க்காப்பாளர் மற்றும் படைத்தளபதி என்பதும்கூட பலருக்குத் தெரியாது. அவர் தலித் என்பதாலேயே சரித்திரத்தில் புறக்கணிக்கப்பட்டிருக்கிறார் என்றும் சொல்லப்படுகிறது.

### படைத்தளபதி குயிலி:

ஆங்கிலேயர்கள் அசைக்க முடியாதவர்கள் அல்ல என பாடம் நடத்திய குயிலியின் வரலாற்றை எவரும் மறைக்க முடியாது. வேலுநாச்சியாரின் போர்ப்படையில் வாள் படை, வளரிப் படை, பெண்கள் படை ஆகியவை முக்கியமானவை. வாள் படைக்கு தலைமை சின்னமருது; வளரிப்படைக்குத் தலைமை பெரிய மருது; பெண்கள் படைக்குத் தலைமை ஏற்றவர்தான் குயிலி. குயிலி தலைமையிலான பெண்கள் படைக்கு ‘உடையாள் பெண்கள் படை’ எனப் பெயர் சூட்டியிருந்தார் இராணி வேலு நாச்சியார்.

### உடையாள் படை

உடையாள் ஒரு மாடு மேய்க்கும் சிறுமி. அரியாகுறிச்சி அருகில் வேலுநாச்சியார் சென்றுவிட்டுத் திரும்பியபோது, எதிரிகள் உடையாளிடம் வேலுநாச்சியார் சென்ற பாதை குறித்துக் கேட்கின்றனர். சிறுமி உடையாள் வேலுநாச்சியார் சென்ற பாதையை எதிரிகளிடம் கூற மறுக்கிறாள். இதனால், எதிரிகளால் தலை வேறு, முண்டம் வேறாக உடையாள் வெட்டிப் படுகொலை செய்யப்படுகிறாள். அவள் நினைவாகவே வேலுநாச்சியார் பெண்கள் படைக்கு ‘உடையாள் பெண்கள் படை’ எனப் பெயரிட்டார்.

### ஆற்காடு நவாபின் ஆசை

குயிலி வேலுநாச்சியிடம் வந்த கதை மிகவும் சுவராசியமான ஒரு கதையாகும். 18ஆம் நூற்றாண்டின் இடைப்பட்ட காலம். சிவகங்கைச்சீமையைச் சீரோடும் சிறப்போடும் முத்துவடுகத் தேவரும், வேலுநாச்சியாரும் ஆண்டு வந்தனர். அதனைச் சீர் குலைக்க ஆற்காடு நவாப் மூலம் ஒரு சிக்கல் வந்தது. அவர் ஆசைப்பட்ட இடங்களை அடையாமல் விட்டதில்லை. அதில் ஒன்றுதான் சிவகங்கைச் சீமை. நேரம் பார்த்துக்கொண்டிருந்தார் நவாப்.

### முத்துவடுகநாதர் போரில் இறப்பு

ஆங்கிலேயர் இந்தியாவை ஆண்ட காலத்தில் ராஜா முத்து வடுகநாதரை வரி கட்டச்சொன்னார் ஆற்காடு நவாப். முத்து வடுகநாதர் மறுத்துவிட்டார். வாய்ப்பாக சிவகங்கையைத் தாக்க ஆங்கிலேயப் படைகள் நவாப்புக்கு உதவ முன்வந்தன. அவர்களிடம் நவீனரக ஆயுதங்கள் இருந்தன. அவற்றால்

சிவகங்கையைத் தாக்கி தன் வசம் கொண்டுவரத் திட்டமிட்டனர் இருவரும். ஆனால் முத்துவடுகநாதரை நேரடியாகத் தாக்கி வெற்றி பெற முடியாது. எனவே மறைமுகமாக, அவரது செயல்பாடுகளைக் கண்காணித்து அப்போது முத்துவடுகநாதரைக் கொன்றுவிட திட்டம் தீட்டினர். அதுபோல, முத்துவடுகநாதரும், அவரது இரண்டாம் மனைவியும், காளையார்கோவில் காளீஸ்வரரை தரிசிக்கப் போனபோது, ஆங்கிலேயர் போர்த் தளவாடங் களுடன், சுற்றி வளைத்தனர். ஆங்கிலேயர் பான்ஸோர் கையில் பீரங்கி இருந்தது. ஆங்கிலேயப் படை வேலுநாச்சியாரின் கணவர் முத்துவடுகநாதரையும், அவரது படைகளையும் தாக்கி காளையார் கோவில் கோட்டையைக் கைப்பற்றி சிவகங்கைக்குள் நுழைந்தது. 1776ஆம் ஆண்டு, வெள்ளையர் எதிர்ப்பில் சிவகங்கைச்சீமையின் மன்னர் முத்துவடுகநாதரைப் பறிகொடுத்தார் வேலுநாச்சியார். அதன் பின்னர் வேலுநாச்சியார், திண்டுக்கல்லுக்கு அருகில் உள்ள விருப்பாட்சி என்ற ஊரில் எட்டு ஆண்டுகள் தலைமறைவு வாழ்க்கையில் இருந்தார்.

**குயிலி வந்த கதை**

குயிலி அதுதான் அவள் பெயர். வயது பதினெட்டு. பிறந்த மண்ணையும், வீரத்தாய் வேலுநாச்சியாரையும் உயிரென மதிப்பவள். வேலுநாச்சியாரின் சிலம்பு வாத்தியார் வெற்றிவேல். ஒருநாள் குயிலியிடம், வெற்றிவேல் வாத்தியார் ''குயிலி உனக்கு எழுதப் படிக்கத் தெரியுமா?'' என்கிறார். இல்லை என்றார் குயிலி. ஒரு நாள் குயிலி வாத்தியார் வெற்றிவேலை காட்டு வழியில் சந்திக்கிறார். அவர் குயிலியிடம், "நீ உன் ஊரான பாசாங்கரைக்கு செல்லும்போது இந்தக் கடிதத்தை, சிவகங்கை அரண்மனைக்கருகில் இருக்கும், மல்லாரிராயனிடம் சேர்த்து விடு " என்கிறார். "சரி'' என்று குயிலி வாங்கிக்கொண்டாள். அதற்கு ஈடாக கை நிறைய பணமும் கொடுத்தார் வாத்தியார் வெற்றிவேல். குயிலி, "தாயைப் பார்க்கப் போகிறேன். அப்போது கடிதத்தை ஒப்படைத்து விடுகிறேன். பணம் வேண்டாம்'' என மறுக்கிறார். புறப்படுவதற்கு முன்னதாக அன்று இரவு ஓய்வாக கடிதத்தில் என்ன இருக்கிறது என படித்துப் பார்க்கிறார். வேலுநாச்சியாரின் அன்றாட அசைவுகளையும், அவரை வீழ்த்திட எதிரிகள் மேற்கொள்ளச் செய்ய வேண்டிய பணிகள் குறித்தும் சிலம்பு வாத்தியார் குறிப்பிட்டிருந்தார்.

வேலுநாச்சியாரைக் காப்பாற்ற சிலம்பு வாத்தியாரைக் காண அன்றிரவு குயிலி குத்தீட்டியைக் கையில் எடுத்துக்கொண்டு சிலம்பு வாத்தியாரின் இருப்பிடம் நோக்கி விரைகிறார். அடுத்த நிமிடம் சிலம்பு வாத்தியாரின் குடிசையிலிருந்து ஐயோ என்ற அலறல் சத்தம் கேட்கிறது. இரத்த வெள்ளத்தில் சிலம்பு வாத்தியார். அவரையும், அருகே ஒரு கையில் குத்தீட்டியோடும் மறு கையில் சிலம்பு வாத்தியாரின் கடிதத்தோடும் கண்கள் சிவக்க தலைவிரி கோலமாக நின்ற குயிலியை வேலுநாச்சியார் உட்பட அனைவரும் பார்த்து மிரண்டனர்.

**சாதியும் குயிலியும்**

வேலுநாச்சியாரைக் கண்டதும், குயிலி ஓடிவந்து காலில் விழுந்து கதறி அழுதார். கடிதத்தை நீட்டினார். கடிதத்தை வாங்கிப் படித்த வேலுநாச்சியாரின் முகம் கோபத்தில் கொதித்தது. கடிதத்தில், வெற்றிவேல் வாத்தியார் மல்லாரிராயனுக்கு வேலு நாச்சியார் குறித்த சில விஷயங்களை எழுதியிருந்தார். நம்பிக்கைக்குரியவராக இருந்த சிலம்பு வாத்தியார் எதிரிகளால் விலை பேசப்பட்டு இருக்கிறார் என்பதை வேலுநாச்சியார் புரிந்து

கொண்டார். வேலுநாச்சியாரின் திட்டங்களை, ஆதரவு சக்திகளை, அன்றாட நிகழ்வுகளை எதிரிகளுக்குக் காட்டிக்கொடுத்துவிட்டார் சிலம்பு வாத்தியார். தன் மீதும் தாய்நாட்டின் மீதும் கொண்ட பற்றின் காரணமாக ஒரு பெண் துணிச்சலாக மேற்கொண்ட செயலைக்கண்டு வேலுநாச்சியார் அகமகிழ்ந்தார். கூட்டத்தில் யாரோவாக இருந்த குயிலி, அன்றிலிருந்து ராணி வேலுநாச்சியாரின் மெய்க்காப்பாளரானார். குயிலி தாழ்த்தப்பட்ட அருந்ததியர் இனத்தைச் சேர்ந்தவர் என்பதால், சாதி கவுரவம் பார்த்து வேலுநாச்சியாரை சுற்றி உள்ளவர்கள் முணுமுணுத்தனர். வேலு நாச்சியாரோ குயிலிக்கு ஆதரவுக்கரம் கொடுத்து அவரை இரும்பு அரணாக வைத்துக் காத்தார்.

**தளபதி குயிலி**

இரண்டு மாதங்கள் கழிந்தன. வேலு நாச்சியார் இரவில் அயர்ந்து தூங்கிக்கொண்டிருந்தார். குயிலி அங்குமிங்கும் நடை பயின்று கொண்டிருந்தார். வெளியே காலடிச் சத்தம் கேட்டது. குயிலி மறைந்து நின்றார். வெளியிலிருந்து ஓர் உருவம் சாளரத்தின் வழியே குதித்து உள்ளே அறைக்குள் இறங்கியது. அரவமின்றி வேலுநாச்சியாரின் அருகேபோய் கையை ஓங்கி, கத்தியால் வேலு நாச்சியாரைக் குத்த முயன்றது. மறைந்திருந்த குயிலி வேகமாக

ஓடிச் சென்று, அந்தக் கத்தியை இறுக்கமாகப் பிடித்துக்கொண்டார். உருவம் திமிற, கத்தியில் வெட்டுப்பட்ட குயிலியின் கரங்களில் ரத்தம் ஆறாக ஓடியது. குயிலி சத்தமின்றி திமிறி அவனிடமிருந்து வெளிப்பட முயன்றார். சத்தம் கேட்டு விழித்த வேலுநாச்சியார் எழுந்தார். உடனே அந்தக் கயவன் சடாரெனத் துள்ளி, சாளரத்தின் வழியே குதித்து ஓடிப்போனான். மயங்கிச்சரிய இருந்த குயிலியைத் தாங்கிப் பிடித்துக்கொண்டார் வேலுநாச்சியார். அன்று முதல் குயிலி, வேலுநாச்சியாரின் நெஞ்சில் பன்மடங்கு உயர்ந்தார். அதன் பின்னர், மெய்க்காப்பாளராக இருந்த குயிலி, பெண்கள் படைக்குத் தளபதியாக்கப்பட்டார்.

**குயிலி உடையாள் படைத் தளபதி**

குயிலிக்கு அப்போது 18 வயது மட்டுமே, 18 வயது நிரம்பிய உடையாள் படைக்கு தளபதியாக்கப்பட்டதும், வேலுநாச்சியாரைச் சுற்றியுள்ள சிலர் முணுமுணுத்தனர். விருப்பாச்சி பட்டினத்துக்கு வந்திருந்த படைவீரகள் பெரும்பாலோர் நெஞ்சில் தீ எரிந்தது. காரணம் சக்கிலியர் சாதியைச் சார்ந்த குயிலி படைத்தளபதி ஆனதுதான். ஆனால் இச்சூழலில், சிவகங்கைச்சீமையில் ஆற்காடு நவாப்பும் ஆங்கிலேயரின் அடிவருடி கைக்கூலிகளான மல்லாரிராயனும், அவன் தம்பி ரங்கராயனும் குயிலியைச் சுட்டிக்காட்டி சாதிவெறியைத் தூண்டினர். ஒடுக்கப்பட்ட தீண்டத்தகாத சமூகமான சக்கிலியர் குல குயிலிக்கு ஆதரவாக வேலுநாச்சியார் இருந்தால், நம் சாதி கவுரவம் என்ன ஆவது என ஊரே பேசியது. தாழ்த்தப்பட்டவர்கள் நம்மை எள்ளி நகையாட மாட்டார்களா என சுற்றி உள்ளோர் மனுதர்மம் பேசினர்.

**சாதி வெறி பிடித்தவர்களை விலகச் சொன்ன ராணி**

இதனைக் கேள்விப்பட்ட வேலுநாச்சியார் படை வீரர்களுக்குப் பகிரங்கமாய் அறிவித்தார். “எதிரிகள் சிவகங்கையிலிருந்து விருப்பாட்சி வந்து, தூங்கிய என் மீது கத்தி வீசிக் கொல்ல முயற்சி செய்துள்ளனர். இது எப்படி நடந்தது? யார் இந்த துரோகம் செய்தது? இங்கு துணிவோடு என் அறைக்கு எப்படி வந்தார்கள்? நம் படை வீரர்களின் உதவி இல்லாமலா? இப்போது சிவகங்கையில் நம் எதிரிகள் கடைசியாக என்னை வீழ்த்துவதற்கு எடுத்துள்ள ஆயுதம் சாதி! இது நம் வீரர்களைத் தொற்றுநோயாக தொற்றியுள்ளது. என்னுடைய எல்லா சலுகைகள், உதவி மற்றும் பரிசுகளை வாங்கிக்கொண்ட சிலம்பு வாத்தியார் எனக்குத் துரோகியானார். ஆனால் என்னிடம் எவ்வித சலுகையும் பெறாத

குயிலி என் உயிரைக் காப்பாற்றினாள். உங்களுக்கு சாதி முக்கியம் என்றால் நீங்கள் இந்த நிமிடமே என்னுடைய படையிலிருந்து விலகலாம். சாதிவெறி பிடித்தவர்கள் எனக்குத் தேவையில்லை." என்று வேலுநாச்சியார் சொன்னதும், இதிலுள்ள நியாயம் உணர்ந்து எல்லொரும் உண்மை அறிந்து வருந்தினர். அதன் பின் வேலுநாச்சியாரின் வார்த்தைக்கு கட்டுப்பட்டு இனி உங்களுக்கு மட்டுமே உண்மையாய் இருப்போம் என உறுதி அளித்தனர். குயிலியின் படைத்தலைமையை அனைவரும் ஏற்றுக்கொண்டனர்.

**காலம் கனியக் காத்திருந்த வேலுநாச்சியார்**

அதன் பின்னர் 8 ஆண்டுகள் உருண்டோடி விட்டன. அதுவரை பல்வேறு முயற்சிகள், பல்வேறு பயிற்சிகள் எடுத்துக்கொண்டார். சுமார் 8 மொழிகள் தெரிந்தவர் வேலுநாச்சியார். ஆங்கிலேபர்கள் மேல் படை எடுக்க, நேரம் கருதி காத்திருந்த வேலுநாச்சியாருக்கு காலம் கனிந்துவிட்டது. படைகளை திப்பு சுல்தான் உதவியுடன் திரட்டினார். போருக்குத் தேவையான தளவாடங்கள் மடமடவென வந்து சேர்ந்தன. பன்னிரண்டு பீரங்கி வண்டிகள், நூற்றுக் கணக்கான துப்பாக்கிகள் என திப்பு சுல்தான் அனைத்தையும் வேலுநாச்சியாருக்கு கொடுத்து அனுப்பினார். அனைத்து படைகளும் தயார் நிலையில் போருக்குப் புறப்பட்டு வெற்றி வாகை சூடிய வேலு நாச்சியார் ஐப்பசி மாதம் 5ஆம் நாள், 1780ஆம் ஆண்டு விருப்பாச்சி பாளையத்திலிருந்து சிவகங்கையை நோக்கி வேலுநாச்சியாரின் படைகள் வில்லிலிருந்து புறப்பட்ட அம்பாக சீறிப்பாய்ந்து புறப்பட்டன. உடையாள் பெண்கள்

படைக்குத் தலைமையேற்று குயிலி கம்பீரமாக சென்றார். முத்துவடுகநாதர் படுகொலையில் பெரும்பங்கு வகித்த மல்லாரிராயனைக் கொல்வதே வேலு நாச்சியார் முதல் எல்லை. மதுரை கோச்சடையில் எதிர்த்த, மல்லாரிராயனை முதலாவதாக வேலுநாச்சியாரின் படை ஒரு மணிநேரப் போரிலேயே அடித்து போரில் தூள் கிளப்பியது. மல்லாரிராயன் குத்திக் கொலை செய்யப்பட்டான். பின்னர் வேலு நாச்சியாரின் படைகள் காளையார்கோவிலில் ஆங்கிலத் தளபதி ஜோசப் ஸ்மித்தைப் படையோடு சுற்றி வளைத்தது. அங்கும் வேலுநாச்சியாரின் படைகள் வெற்றிக்கொடியை ஊன்றின. ஆங்கிலேயரின் படைகள் புறமுதுகிட்டு ஓடின.

**சிவகங்கையில் சூழ்ச்சியுடன் ஆங்கிலேயன் காத்திருப்பு**

வெற்றி பெற்ற சந்தோஷத்தில் வேலுநாச்சியாரின் படைகள் சிவகங்கைச்சீமையில் வெற்றி முழக்கத்துடன் நுழைந்தன. ஆனால் அங்கு யாரும் எதிர்பாராத ஆபத்து காத்திருந்தது. நயவஞ்சகத் துரோகி மறைந்திருந்து முத்துவடுகநாதரைக் கொன்ற ஆங்கிலேய தளபதி பாஞ்சோர், வேலு நாச்சியார் காளையார் கோவிலிலிருந்து சிவகங்கை அரண்மனை வரையிலும் அடிக்கு ஒரு போர் வீரனை நிறுத்தி வைத்திருந்தான். அனைவரின் கைகளிலும் துப்பாக்கிகள், ரவை நிரப்பியபடி இருந்தன. பீரங்கிகளும்கூட அரண்மனையைச் சுற்றி நிறுத்தப்பட்டிருந்தன. ஆயிரக்கணக்கான துப்பாக்கிகளும் வெடிபொருட்களும் அரண்மனைக் கிட்டங்கியில் பதுக்கி வைக்கப்பட்டிருந்தன.

**சிவகங்கை வீரர்களை மிரள வைத்த நவீன ஆயுதங்கள்**

வேலுநாச்சியாரின் படைவீரர்கள் என்னதான் தைரியம் இருந்தாலும், இதுவரை வெற்றி வாகை சூடியிருந்தாலும், இத்தனை நவீன ஆயுதங்களைப் பார்த்ததோ, அவை பற்றிக் கேட்டதோ இல்லை. படைவீரர்களின் மனம் பதைபதைத்தது; ;அச்சத்தை தழுவியது. மேலும் பழக்கமில்லாத நவீன ஆயுதங்கள் அவர்களுக்கு மிகப்பெரிய சவாலாக இருந்தன. திறமைமிகுந்த படைவீரர்கள் வேலுநாச்சியாரின் படையில் இருந்தனர். விருப்பாட்சியிலிருந்து தொடர் வெற்றிகளைக் குவித்தும் வந்தனர். இருப்பினும் ஆங்கிலேயரின் நவீன ஆயுதங்கள் வேலுநாச்சியாரின் மனதிலும் ஒரு கலக்கத்தை ஏற்படுத்தியது. இறுதிப் போரில் தோற்றுவிட்டால் என நினைப்பதற்கே அச்சமாகவும்,

அவமானமாகவும் இருந்தது. இருப்பினும் படை வீரர்கள் உட்பட நம்பிக்கையைக் கைவிடவில்லை.

**மூதாட்டியாக வேடமிட்டு வந்த குயிலி**

அப்போது அங்கே ஒரு தள்ளாத கிழவி ஒருவர் வந்தார். சபையின் நடுவே தட்டுத் தடுமாறி வந்து வேலுநாச்சியாரை வணங்கிவிட்டு, பேசினார்.

"பெரிய மருது தளபதி அவர்களே, இப்போது ஊரில் நவராத்திரி விழா. நாளை மறுநாள் விஜயதசமி. அன்று சிவகங்கைக் கோட்டை, ராஜராஜேஸ்வரி அம்மன் கோயிலில் கொலு உண்டு. இதனைப் பார்க்க அன்று ஒருநாள் காலை மட்டும் மக்களுக்கு, அதுவும் பெண்களுக்கு மட்டுமே அனுமதி அளிக்கப்பட்டு உள்ளது. இதைப் பயன்படுத்தி ராணியாரின் தலைமையில் பெண்கள் படையை உள்ளே அனுமதியுங்கள், பெண்கள் படை கோட்டைக்குள் புகுந்துவிடும். பிறகு என்ன? வெற்றி, நமது பக்கம் தான்.'' என்றார் தொண்டுக் கிழவி.

**வேலுநாச்சியாருக்கு வேவு பார்த்த குயிலி**

அவர் இந்தத் தகவலை முழு தைரியத்துடன் மூச்சுவிடாமல் சொல்ல, அத்தனை பேரின் கண்களும் ஆச்சரியத்தில் அகண்டன. பெரிய மருது சந்தேகப்பட்டு அவரை நோக்கித் திரும்பினார். மூதாட்டி கடகடவென சிரித்தார். "பேராண்டி பெரிய மருது, இப்போது பாருங்கள். என்னைத் தெரிகிறதா?'' என்று மெல்ல தனது வெள்ளை முடியை விலக்கினார். முடி, கையோடு வர. குயிலி புன்னகை மின்ன நின்றுகொண்டு, சிவகங்கைக் கோட்டையை வேவு பார்க்க ராணியின் உயிர்த்தோழியும், மெய்க்காப்பாளரும், உடையாள் படைத்தளபதி குயிலி, மாறுவேடத்தில் சென்றாள் என்ற உண்மையின் வெளிச்சம் பிரகாசமிட்டது.

**வெற்றி முரசு ஒலிக்க ஆணை**

"உடனே வேலுநாச்சியார், பெரிய மருதை நோக்கி, "உங்கள் சந்தேகம் ஓடிப் போச்சா? நாளை மறுநாள் நமது படைகள் போர்முரசு கொட்டி, ஒலிக்கும் முரசின் ஓசை வெள்ளையரை விரட்டி நம் அடிமை விலங்கை உடைத்து, விடுதலை வெளிச்சம் பரவும் முரசாக ஒலிக்கட்டும்!'' ஆணையிட்டார் வேலுநாச்சியார்.

**ராணி சாதாரணப் பெண்ணாக வழிபடும் வேளையில்**

ராணி வேலுநாச்சியார் சொன்னதைக் கருத்தில்கொண்டு படைகள் இரண்டு பிரிவாகப் பிரிந்து, முரசறைந்து போர் முழக்கமிட்டுப் புறப்பட்டது. ராணி வேலுநாச்சியாரின் தலைமையில் பெண்கள் படை சிவகங்கை நகருக்குள் புகுந்தது. அம்மனை வழிபட பெண்கள் கையில் பூமாலைகளோடு உள்ளே போனார்கள். ஆனால் அணிவகுத்தது பெண்களின் படை என்றோ, அவர்கள் கையில் இருந்த பூமாலைக்குள் கத்தியும், வளரியும் பதுங்கி இருந்தது பரங்கியருக்குத் தெரியாது. வேலுநாச்சியாரும் ஆபரணங்கள் இன்றியே சாதாரணப் பெண்போல கோயிலுக்குள் நுழைந்தார்.

கணவரோடு கம்பீரமாக வந்த ராணி, கோயிலுக்குள் இன்று மாறுவேடத்தில். வேலுநாச்சியார் கலங்கினார். ஆனால் நொடியில் அது தவிடுபொடியானது. கணவரைக் கொன்ற கயவரைக் கொன்று, நாட்டை விடுதலை செய்ய சபதம் எடுத்துள்ளதால் மன உறுதியுடன் முன்னேறினார்.

**குயிலி எண்ணிய யோசனையும் எடுத்த முடிவும்**

வேலுநாச்சியார் கண்களால் கோட்டையை அளந்தார், அலசினார். அன்று விஜயதசமி. ஆயுதங்கள் அனைத்தும் நிலா முற்றத்தில் கொட்டப்பட்டு வழிபாடு செய்வதற்காக இருந்தன. ஒரு சிலர் கையில் மட்டும ஆயுதத்துடன் நின்றனர். ராணி போலவே குயிலியின் கண்களும் சுற்றிலும் கோட்டையை அளவெடுத்தன. நிலா முற்றத்தில் குவிக்கப்பட்டிருந்த ஆயுதங்களைக் கண்டதும், குயிலியின் மனதில் மின்னல் வேகத்தில் ஒரு யோசனை தோன்றி மறைந்தது. ஆனால், அந்த யோசனையை வெளியே சொன்னால் ராணியிடம் அனுமதி கிடைக்காது. எனவே குயிலி, மெதுவாக வேலுநாச்சியாரைவிட்டுப் பிரிந்து கூட்டத்தில் கலந்தாள்.

**ஆங்கிலச் சிப்பாய்களைச் சிதறடித்த உடையாள் படை**

கோட்டையில் பூஜை முடிந்தது. எல்லோரும் கோட்டையை விட்டு வெளியேறத் துவங்கினர். பொதுமக்கள் கூட்டமும் கலைந்தது. வேலுநாச்சியார் போரைத் துவக்கத் தருணம் என உணர்ந்தார். ராணியின் கை மெல்ல தலைக்குமேல் உயர்ந்தது. மனத்திற்குள் தேவி ராஜராஜேஸ்வரியை முன்வணங்கி "வீரவேல்! வெற்றிவேல்!!" என விண்ணதிர முழங்கினாள். இடிக்குரல்

அரண்மனையை கிடுகிடுத்தது. ராணியின் குரலொலியுடன், சடுதியில் பெண்கள் படை புயலாய் சீறி, புது வெள்ளமாய்ப் பாய்ந்தது. மாயாஜால வித்தைபோல பெண்களின் கைகளில் வாளும் வேலும் களரியும் கத்தியும் தோன்றின. புரண்டு வீசின. ஆயுதங்களுடன் வெள்ளையர்களை சிவகங்கைப் பெண்கள் மின்னலெனச் சுற்றிச் சுழற்றி படைகளை வெட்டிச் சாய்த்தது.

**எரியூட்டப்பட்ட ஆயுதக் கிடங்கு. யாரால்..?**

இதை மாடியில் நின்று பார்த்துக்கொண்டிருந்த பான்சோருக்கு சொரேல் என இடிவிழுந்தது போலாயிற்று. "சார்ஜ்!' என பான்சோர் தொண்டை கிழியக் கத்தி அலறினான். இடுப்பில் கட்டி இருந்த இரண்டு கைத்துப்பாக்கிகளை எடுத்து சரமாரியாகச் சுட ஆரம்பித்தான். வெள்ளைச் சிப்பாய்கள் ஆயுதக் குவியலை நோக்கி ஓடிவர ஆரம்பித்தனர். வேலுநாச்சியார் பான்சோரைப் பிடிக்க மேல்மாடத்திற்குச் செல்லுமுன். யாரோ ஒரு பெண் தனது உடல் முழுக்க கொழுந்துவிட்டு எரியும் தீயோடு, "வீரவேல், வெற்றிவேல்'' என்று, அண்டம் அதிரக் கத்தியபடியே ஆயுதக்கிடங்கில் குதித்தாள்.

நிலா முற்றத்து ஆயுதங்கள் அனைத்தும் வெடித்தும், சிதறி தீப் பிடித்தும் எரிந்து சாம்பலாயின.

**சரணடைந்த ஆங்கிலேய தளபதி**

ஆயுதக் குவியலில் பற்றிய தீயால், பான்சோரும், அவனது வீரர்களும் நிராயுதபாணியாகி அஞ்சி நின்றனர். பான்சோர் தப்பி ஓட முயன்றான். வேலுநாச்சியாரின் வாள் அவனை வளைத்துப் பிடித்தது. தளபதி சரணடைந்தான். சிவகங்கைக் கோட்டை இப்போது ராணியின் கைவசம் வந்தது.

பெரிய மருதும் வெற்றியோடு வந்தார். திருப்பத்தூர் கோட்டையை வென்ற சின்ன மருதுவும் படைகளோடு வந்தார். வெற்றி முழக்கம் சிவகங்கை வானை அதிர வைத்தது. எங்கும் ஒலித்தது. ஆனால் வேலுநாச்சியாரின் கண்கள் வெற்றிக்கு வித்திட்ட பெண்கள் படை தளபதியுமான குயிலியைத் தேடின.

**குயிலி என்ன ஆனார்?**

போர் தொடங்கிய உடனேயே குயிலின் எண்ணம் முழுவதும் ஆயுதக் கிடங்கின்மேல். "நம் நாட்டு விடுதலையின் இறுதிப்போர் இது. இதில் நாம் தோற்றால், இனி எப்போது ஜெயிக்க? நானே

சிவகங்கையின் வெற்றிக்கு தடம் போடுகிறேன். ஒளியூட்டப் போகிறேன் என்று மனதுக்குள் கூறிக்கொண்டு, உடல் முழுவதும் நெய்யை ஊற்றிக்கொண்டு, கோயிலில் எரியும் பந்தத்தோடு அரண்மனையின் உப்பரிகையை நோக்கிப் பறந்தாள். அங்கு போனதும் தீப்பந்தத்தால் தனக்குத்தானே தீ வைத்துக்கொண்டு, மேலிருந்து கீழே ஆயுதக் குவியலின்மேல் குதித்தாள். வெள்ளையர்களை ஆயுதம் அற்றவர்களாக நிராயுத பாணியாக்கினாள். சிவகங்கை ராணிக்கு தன் நாட்டின் தலைவிக்கு வெற்றிக்கனியைக் கொடுக்க, தன்னையே பலியிட்டுக்கொண்டாள் குயிலி என்ற அற்புதப் பெண்.

**தன்னையே பலியிட்ட குயிலி**

குயிலி தன்னையே பலியிட்டார் என்பதை அறிந்த வேலுநாச்சியாரின் வீர விழிகள் அருவியாய் மாறிக் கண்ணீரைக் கொட்டின. கண்ணீர் வெள்ளம் அவரது உடலை நனைத்தது. அவர் மட்டுமா அழுதார்? குயிலிக்காக சிவகங்கைச்சீமையின் மக்கள் முழுவதும் அழுதனர். குயிலி போன்ற தியாகச் சுடர்கள் தந்த ஒளியின் ஒட்டுமொத்தக் கூட்டுத்தொகைதான் இந்தியாவிற்கான விடுதலையை வழிகாண வைத்தது. இந்தியாவில் எத்தனை நாம் அறியாத குயிலிகளோ.. அவர்கள் தியாகத்தில் மலர்ந்ததுதான் இந்திய சுதந்திரம்.

4

# விடுதலை வேள்வியில் நாகம்மையார் – கண்ணம்மா சுதந்திர தாகம்

விடுதலைப் போராட்டம் என்றாலே ஏதோ உயர்குடிப் பெண்கள் அல்லது பரம்பரையாக செல்வந்தர் மற்றும் விடுதலைப் போராட்ட குடும்பத்தில் பிறந்தவர்களாக இருப்பார்கள் என்பது நமது பொதுப் புத்தியில் ஊறிப்போன விஷயம். மிகவும் சாதாரணக் குடும்பத்தில் வாழ்ந்தவர்களும்கூட சுதந்திர தாகத்தால் ஈர்க்கப்பட்டு, விடுதலை வேள்வியில் அவர்களும் வெந்து தணிந்திருக்கின்றனர் என்ற உண்மை நம்மை பெரிதும் வியப்பில் ஆழ்த்துகின்றது. அப்படிப்பட்ட இருவர்தான் நாகம்மையார் மற்றும் கண்ணம்மா. இவர்கள் யார் தெரியுமா? நாகம்மையார் பகுத்தறிவுப் பகலவன் ஈ.வெ.ரா. பெரியாரின் முதல் மனைவி. கண்ணம்மா ஈ.வெ.ரா.வின் தங்கை. ஈ.வெ.ரா. பெரியாருக்கு கிருஷ்ணசாமி என்ற ஒரு மூத்த சகோதரரும், கண்ணம்மா மற்றும் பொன்னுத்தாய் என்ற இரண்டு சகோதரிகளும் இருந்தனர்.

**நாகம்மை பிறப்பும் மணமும்...**

அன்றைய சென்னை மாகாணத்துக்கு உட்பட்ட சேலம் மாவட்டம், தாதம்பட்டியில் ரெங்கசாமி, பொன்னுத்தாயி என்ற தம்பதிக்கு, 1885ஆம் ஆண்டு மகளாகப் பிறந்தவர் நாகரத்தினம். இவரை நாகம்மையார் என்றும் அழைத்தனர். நாகம்மை முறையான பள்ளிக் கல்வி பயின்றதில்லை. தனது 13-வது வயதில், பகுத்தறிவுப் பகலவன் தந்தை ஈ.வெ.ரா. பெரியாரை மணந்துகொண்டவர். இவர் பெரியாருடைய தாயாரின் ஒன்று விட்ட தம்பி மகள் ஆவார். நாகம்மை பொருளாதாரத்தில் பின்தங்கிய குடும்பத்தில் பிறந்தவர். அதனால் பெரியாரின் அன்னை, இவரை தன் மகனுக்குத் திருமணம் செய்துவைக்க முதலில் விரும்பவில்லை; எதிர்ப்பு தெரிவித்தார். ஆனால் மகன் ராமசாமி பிடிவாதமாக, நாகரத்தினத்தைத்தான் திருமணம் செய்துகொள்ளவேண்டும் என்றார். மேலும் நாகரத்தினமும்

ஒரேடியாக, "மணந்தால் ராமசாமியைத்தான் மணப்பேன், இல்லையென்றால் இறந்துவிடுவேன்" என அடம்பிடித்து மிரட்டினார் பெரியாரின் அன்னையை. எனவே வேறு வழியின்றி இருவருக்கும் திருமணம் நிச்சயிக்கப்பட்டது. ஈ.வெ.ராமசாமிக்கும், நாகரத்தினம் என்கிற நாகம்மைக்கும் திருமணம் 1898-ம் ஆண்டு சிறப்பாகவே நடந்து முடிந்தது. திருமணத்தின்போது ஈ.வெ.ராவுக்கு வயது 19.

**திருமணத்துக்குப்பின் முற்போக்கு வழியில் மாறிய நாகம்மை..**

திருமணமாகி, இரண்டு ஆண்டுகளுக்குப் பின்னர் 1900ஆம் ஆண்டு, ஈ.வெ.ராமசாமிக்கும், நாகரத்தினத்திற்கும், ஒரு பெண் குழந்தை பிறந்தது. ஆனால், குழந்தை பிறந்து ஐந்து மாதங்களிலேயே நோயுற்று காப்பாற்ற முடியாமல் இறந்துவிட்டது. அதன் பின்னர் அவர்களுக்கு குழந்தை பிறக்கவே இல்லை. இதுவே நாகம்மையாரின் பிந்தைய தீவிரமான சமூகப்பணிக்கு காரணமாக அமைந்தது என்றும் கூறலாம். ஆனால் திருமணத்திற்கு பிறகு நாகம்மையார் தன்னுடைய கணவரின் புரட்சிக்கு முழுவதுமாக தன்னை அர்ப்பணித்துக்கொண்டார். ஈ.வெ.ராமாசாமி தந்தைப் பெரியாராக பரிணாமம் அடைந்திருந்தவருக்கு முதல் மனைவியான நாகம்மை தன்னை தகுதியுள்ளவராக நிகழ்த்திக் காட்டுவதற்குரிய சந்தர்ப்பமாகவே அனைத்துப் போராட்டங்களையும் அவர் பயன்படுத்திக் கொண்டார்.

**மனைவியை விளையாட்டாய் ஏமாற்றி, மாற்றிய ஈ.வெ.ரா..**

திருமணம் ஆனவுடன், நாகம்மை மாமியாரின் சொல்படி, விரதம் இருந்தார். ஆனால் பெரியார், நாகம்மை சாப்பிடுமுன்னர், அவர் சாப்பிட உள்ள சோற்றில் எலும்புத்துண்டை வைத்துவிடுவார். இது தொடர்ந்து நடைபெற்றதால், ஈ.வெ.ராமசாமியின் அன்னை, இனி நீ விரதம் இருக்க வேண்டாம் என்று மருமகள் நாகம்மையிடம் கூறிவிட்டார். ஈ.வெ.ராவுக்கு மனைவி தாலி அணிவதில் விருப்பம் இல்லை. இரவில் மனைவி நாகம்மையை தாலியைக் கழட்டி கீழே வைக்கும்படி கூறுவார். நாகம்மை அதற்கு மறுத்துவிடுவார். இதனைப் பார்த்த ஈ.வெ. ராமசாமி, நாகம்மையிடம், பெண்கள், தன் கணவர் அருகில் இருக்கும்போது தாலி அணியக்கூடாது. வெளியில் தூரத்தில் சென்றிருந்தால்தான் தாலி அணிய வேண்டும் என்பார். அப்பாவியான நாகம்மை இதனை நம்பிவிடுவார். பின்னர் ஈ.வெ.ரா.மனைவியின் தாலியைக்

1932 கண்ணம்மாள், பெரியார் கைது செய்யப்பட்டபோது...

கழட்டச் சொல்லி, தனது சட்டைப் பாக்கெட்டில் போட்டுக்கொண்டு புறப்பட்டு விடுவார். காலையில் நாகம்மைக்கு, மாமியார் மற்றும் மற்ற பெண்களுடன் ஏன் தாலி இல்லை என்ற கேள்விக்குப் பதில் சொல்லி மாளாது. இதுவே தொடர்ந்ததால், ஈ.வெ.ரா.வின் அன்னை, மகனையும், மருமகளையும் எதுவும் சொல்வதில்லை என்ற முடிவு எடுத்தார். இப்படியே ஈ.வெ.ரா., தனது முற்போக்குக் கருத்துக்களை வீட்டுக்குள்ளும், மனைவியிடமும் விதைத்தார்.

**ஈ.வெ.ராமசாமியின் சமுதாயப்பணி**

*1905-1908*ஆம் ஆண்டுகளில் ஈ.வெ.ராமாசமிக்கு வயது *26-29*. பொது வாழ்வில் ஈ.வெ.ராமசாமி விருப்பங்கொண்டு மக்கள் நலப்பணி ஆற்றினார். ஈரோட்டில் பிளேக் நோய் பரவியபோது மீட்புப்பணி ஆற்றியதுடன், இறந்த சடலங்களை உறவினர்களே கைவிட்டுச் சென்றபோதும், தன் தோள்மீது சுமந்து சென்று அப்புறப்படுத்தி அரும்பணி ஆற்றினார். காங்கிரஸ் இயக்கத்தில் நாட்டம் கொண்டார். ராமசாமியின் அனைத்து செயல்பாடுகளிலும் தன்னை இணைத்துக்கொண்டார் மனைவி நாகம்மை. *1909*ஆம் ஆண்டு ராமசாமி, *30*வது வயதில், இளம் விதவையான தனது தங்கையின் மகளுக்கு எதிர்ப்புக்கிடையில் மனைவி நாகம்மை உதவியுடன் விதவைத் திருமணம் செய்தார். *1911*ஆம் ஆண்டு *32* வயதில் ஈ.வெ.ராமசாமி தந்தையை இழந்தார்.

## மனமாற்றம்... கடவுள் மறுப்பாளர்

நாகம்மையாரை மணந்துகொண்டு தமது தந்தையின் வணிகத்தை கவனித்து வந்த நேரம், குடும்பத்தில் ஏற்பட்ட பிணக்கு காரணமாக அவர் வீட்டைவிட்டு வெளியேறி துறவு பூணும் நோக்கத்தோடு காசிக்குச் சென்றார். அங்கிருந்த அன்னசத்திரங்கள், பிராமணர் அல்லாதோரை உள்ளே அனுமதிக்க மறுத்தன. அவர் பசியில் வாடி, சத்திரத்தில் இருந்து வீசி எறிந்த இலைகளில் இருந்து உணவை எடுத்து உண்டார். இது அவரது மனதில் நீங்கா வடுவை ஏற்படுத்தியது. அப்போது நடந்த நிகழ்வுகள்தான் அவரை கடவுள் மறுப்பாளராக மாற்றின.

1919-ஆம் ஆண்டு ஈ.வெ.ராமசாமி, காங்கிரஸ் பேரியக்கத்தில் இணைந்து, காந்தியின் 'ஒத்துழையாமை இயக்கத்தில்' தீவிரமாக ஈடுபட்டார். அப்போது அவர் ஈரோடு நகர்மன்றத் தலைவராக சிறப்பாகப் பணியாற்றியதுடன், குடிநீர்த்திட்டம், சுகாதார வசதி போன்ற பல்வேறு நலத்திட்டங்களை நிறைவேற்றினார்.ஏறத்தாழ 28 மதிப்புறு பதவிகளை ஏற்றுப் பணியாற்றினார். ஈரோட்டில் பெருவணிகர், தான் வகித்துவந்த மதிப்புறு பதவிகள் அனைத்தினின்றும், தானே விலகியே, காந்தியின் காங்கிரசில் சேர்ந்தார்.

## நாகம்மை கதராடை ஏற்பு

ஈ.வெ.ராமசாமி ,காந்தியாரின் நிர்மாணத் திட்டத்தை ஏற்று எளிய வாழ்வை மேற்கொண்டதுடன், ஆடம்பர ஆடையைத் துறந்து கதர் ஆடையை உடுத்தினார். அப்போது தன் அன்னை உட்பட குடும்பத்தினர் அனைவரையும் கதராடை அணியச் செய்தார் ஈ.வே.ராமசாமி. அவரே கதர் மூட்டையைத் தோளில் சுமந்து, ஊர் ஊராகச் சென்று விற்பனை செய்தார். அந்தக் கால கட்டத்தில், ஆடம்பரமிக்க ஆடை, அணிகலன்களைத் துறந்தார் நாகம்மையார். பின் காந்தியின், கதராடையை அணிந்து எளிமையைத் தன் வாழ்க்கையில் ஏற்றுக்கொண்டார் நாகம்மையார்.

## நாகம்மை -காங்கிரஸ் இயக்கம் மற்றும் காந்தி சந்திப்பில்

1919ஆம் ஆண்டு ஈ.வெ.ராமசாமி இந்திய தேசிய காங்கிரஸில் இணைத்துக்கொண்டபோது நாகம்மை தன்னையும் அப்போது காங்கிரஸ் உறுப்பினராக்கிக் கொண்டார். அந்தக் காலகட்டத்தில் மகாத்மா காந்தி தொடங்கிய கள்ளுக்கடைப் போராட்டம் நாடு முழுவதும் தீவிரமடைந்திருந்தது. அப்போது பிரசாரத்திற்காக ஈரோடு வந்திருந்த மகாத்மா காந்தி தந்தைப் பெரியார் வீட்டில்தான்

தங்கியிருந்தார். அச்சமயம் மகாத்மா காந்தி கள்ளுக்கடையினால் பெண்கள் அதிகளவில் பாதிக்கப்படுவதாக அவரிடம் கூறினார். எனவேதான் கள்ளுக்கடை போராட்டம் என்றார். காந்தி பெண்கள் மீது அதீத அக்கறையுடன் இருந்ததை, பெண்ணாக இருந்து நாகம்மை உணர்ந்தார். உண்மையை அறிந்தார்.

### நாகம்மையும், கண்ணம்மாவும் கள்ளுக்கடை மறியல்

*1921*-ஆம் ஆண்டில் ஈரோட்டில் நடந்த கள்ளுக்கடை மறியலின் போது ஆங்கிலேய அரசால் ஈ.வெ.ராமசாமி கைது செய்யப்பட்டார். அப்போது ஈ.வே.ராமசாமி 'கள்' உற்பத்திக்குக் காரணம் தென்னை மரங்கள் என்பதால், தனது தோப்பில் இருந்த *500*-க்கும் மேற்பட்ட தென்னைமரங்களை வெட்டி வீழ்த்தி போராட்டத்தைத் தீவிரமாக்கினார். ஆங்கிலேயே அரசு அப்போது *144* தடை உத்தரவு போட்டது. அதனையும் ஈ.வெ.ரா.பெரியார் மீறியதால் கைது செய்யப்பட்டார். அப்போது நாகம்மையாரும் பெரியாரின் தங்கை கண்ணம்மாளும் பல பெண்களுடன் சேர்ந்து, கள்ளுக்கடை மறியலைத் தொடர்ந்தனர். தமது மனைவி நாகம்மையையும், சகோதரி கண்ணம்மாவையும் அரசியலில் ஈடுபட ஊக்குவித்தவரே ஈ.வெ. ராமசாமி பெரியார்தான்.

### சிறை சென்ற நாகம்மாள் & கண்ணம்மாள்

ஈ.வெ.ராமசாமியின் மனைவி நாகம்மையாரும் பெரியாரின் தங்கை கண்ணம்மாளும் இருவரும், 1921ஆம் ஆண்டு கள்ளுக்கடைகளை மூட வலியுறுத்தி தலைமையேற்று காங்கிரஸ் கட்சியின் உதவியோடு ஈரோடு கள்ளுக்கடை மறியல் போராட்டத்தை முன்னின்று நடத்தினர். கள்ளுக்கடை மறியலில், ஈடுபட்டதால், ஈ.வெ. ராமசாமியின் தங்கை கண்ணம்மாள், மனைவி நாகம்மாள் இருவரும் சிறை செல்ல நேரிட்டது. அவர்களுடன் ஈ.வெ. ராமசாமியும் கள்ளுக்கடை மறியலில் பங்கேற்றுச் சிறை சென்றார். இதன் பலனாக அன்றைய ஆங்கிலேய அரசு நிர்வாகத்தினர் உடனடியாக பணிந்தனர். மீண்டும் ஒத்துழையாமை மற்றும் மிதமாக மது குடித்தல் சட்டங்களை எதிர்த்து மறியல் செய்தது ஆகியவற்றால் கைது செய்யப்பட்டார்.

### போராட்டம் நிறுத்துவது ஈரோடு பெண்கள் கையில்.. என காந்தி..

அதன் பின்னர் அந்தப் போராட்டத்தினை நாகம்மையாரும், பெரியாரின் தங்கை கண்ணம்மாவும் முன்னின்று நடத்தினர். பெண்கள் விடுதலைப் போரில் கலந்துகொண்டு கள்ளுக்கடை

மறியலில் ஈடுபட்டது இந்திய வரலாற்றிலேயே அதுதான் முதல்முறை. அரசு விதித்திருந்த 144 தடை உத்தரவை மீறியதால் ஈரோடு நகரம் முழுவதுமே கலவரம் ஏற்படும் சூழல் ஏற்பட்டது. மக்களின் எழுச்சியைக் கண்ட அரசு கைது நடவடிக்கையைத் தொடர அஞ்சி, சமரசத்துக்கு முன்வந்தது. மறியல் போராட்டத்தைக் கைவிடுமாறு காந்தியைச் சிலர் வேண்டினார்கள். அதற்கு காந்தி "போராட்டத்தை நிறுத்துவது என் கையில் இல்லை. அது ஈரோட்டிலுள்ள இரண்டு பெண்களிடம் இருக்கிறது. அவர்களைத்தான் கேட்க வேண்டும்" என்றார்.

**சாதி, மத வேறுபாடுகளைக் களைய குரல் கொடுத்த நாகம்மை**

சாதி மத வேறுபாடுகளை நீக்கவும், மூடப்பழக்க வழக்கங்களை ஒழிக்கவும் மேடைகளில் முழக்கமிட்டார் நாகம்மை. பெண் கல்வி மற்றும் பெண்ணுரிமைக்கு உலகளவில் முதல் குரல் கொடுத்த இந்திய சுயமரியாதை இயக்கத்தின் தலைவர் ஈ.வெ. ராமசாமியின் வீட்டுப் பெண்களும் அவருக்கு நிகரான சேவைகளை தமிழகத்திற்கு புரிந்தனர். 'கம்பன் வீட்டுக் கட்டுத்தறியும் கவி பாடும்' என்பதற்கு நிகராக பெரியாருக்கு நிகராக அவரது வீட்டுப் பெண்கள் களத்தில் இறங்கி தங்களை முற்போக்காளர்கள் என நிரூபித்தனர்.

**காங்கிரஸ் அகில இந்திய செயற்குழு உறுப்பினராக நாகம்மை**

பெண் கல்வியின் இன்றியமையாமை, கலப்பு மணம், விதவைகள் மறுமணம், சுயமரியாதைத் திருமணம் போன்ற கருத்துகளைத் தமது பிரசாரங்களில் நாகம்மையும் வலியுறுத்தினார். 1923ஆம் ஆண்டு, டிசம்பர் 4ஆம் நாள், திருச்சியில், மதராஸ் (தமிழ்நாடு) மாகாண காங்கிரஸ் முதலாவது கமிட்டியில், அனைத்திந்திய காங்கிரஸ் செயற்குழு உறுப்பினராகத் தேர்ந்தெடுக்கப்பட்டார் நாகம்மை. தமிழ்நாட்டில் அவ்வாறு தேர்ந்தெடுக்கப்பட்ட முதல் பெண் நாகம்மை ஆவார்.

**தாழ்த்தப்பட்ட மக்களுக்காக நாகம்மை வைக்கத்தில் கைது**

கேரளத்தின் அன்றைய திருவிதாங்கூர் மாகாணத்தில், தீண்டாமை ரொம்பவும் ஆதிக்கம் செலுத்தியது. 1924-ஆம் ஆண்டு ஏப்ரலில் இன்றைய கேரள மாநிலம் வைக்கத்தில் (அன்றைய மதராஸ் மாகாணத்தின் ஒரு பகுதி) ஈழவர் எனப்படும் தீயர், புலையர் ஆகியோருக்கு இழைக்கப்பட்ட தீண்டாமைக் கொடுமையை ஒழிக்க நடைபெற்றதே வைக்கம் போராட்டம். இங்கு தாழ்த்தப்பட்ட மக்கள் கோயிலுக்குள் நுழைவதையும், கோயிலைச் சுற்றியுள்ள வீதிகளில் நடப்பதற்கும் அப்போது தடை இருந்தது. எனவே காங்கிரஸ் இயக்கம், தாழ்த்தப்பட்ட மக்கள் கோயில் மற்றும் தெருக்களுக்குள் நுழைவதைத் தடை செய்வதை எதிர்த்து வைக்கம் சத்தியாக்கிரகத்தைத் தொடங்கியது. இந்தப் போராட்டத்தினால் இரண்டு முறை சிறைப்பட்டார் பெரியார். அப்போது நாகம்மையார், தமிழகத்துப் பெண்களை அழைத்துக்கொண்டு ஈரோட்டிலிருந்து வைக்கம் வந்து சேர்ந்தார். நாகம்மையும் மற்றும் இராமசாமியும் 1924ஆம் ஆண்டு ஏப்ரல் 14ஆம் நாள் இந்தப் போராட்டத்தில் கலந்து கொண்டனர். போராட்டத்தினை முன்னெடுப்பதால் சிறைத்தண்டனை கிடைக்கும் என்று அறிந்தும் அதற்கு அஞ்சாமல் துணிவுடன் போராட்டக் களத்தில் நாகம்மையார் உறுதியுடன் நின்றார். நாகம்மை போராட்டத்தில் கலந்துகொண்ட பெண்களை முன்னின்று நடத்தி, 1924ஆம் ஆண்டு, மே மாதம் அங்கேயே கைது செய்யப்பட்டார்.

**சுயமரியாதை இயக்கத்தில் நாகம்மை**

ஈ.வெ.ராமசாமி, 1925ஆம் ஆண்டு சுயமரியாதை இயக்கம் என்பதைத் தொடங்கினார். அப்போது இதில் பெண்கள்

அவ்வளவாக இல்லை. ஆனால் அந்த இயக்கம் தொடங்கிய போது, சுயமரியாதை இயக்கத்தில் பெண்களும் பங்கேற்று தங்களது உரிமைகளை நிலைநாட்டிட வேண்டும் என்று பெண்களை அதிகளவில் சுயமரியாதை இயக்கத்தில் இணைப்பதற்கு காரணமாக இருந்தவர் நாகம்மையார். இயக்கத்தில் பெண்கள் பங்குபெறுவதை ஊக்கப்படுத்தியவர், உறுதிப்படுத்தியவர் இவர். அதேபோல் சுயமரியாதை இயக்கத்திற்கு பெருமை சேர்த்திடும் வகையில், விதவை மறுமணங்கள் மற்றும் சுயமரியாதைத் திருமணங்களை முன்னின்று நடத்தியுள்ளார்.

### குடியரசு இதழின் ஆசிரியராக

ஈ.வெ.ராமசாமி பெரியார் சிறை சென்ற காலத்தில் நாகம்மை 'குடியரசு, ரிவோல்ட்' ஆகிய பத்திரிகைகளின் ஆசிரியராகவும் விளங்கினார். ஈ.வெ. ராமசாமி ஐரோப்பாவிற்கு சுற்றுப் பயணம் சென்றார். அப்போதும் நாகம்மையார் 'குடியரசு' இதழின் ஆசிரியராகவும் பொறுப்பு ஏற்று அதனை திறம்பட நடத்தினார்.

### நாகம்மை மறைவு

ஈ.வே.ராமசாமியின் மனைவி நாகம்மைக்கு உடல்நிலை சரியத் துவங்கியது. அருகிலிருந்து கவனித்து அவளுக்குத் தைரியமூட்டி, ஆறுதல் சொல்ல ஈ.வெ.ரா., அதைப் பற்றி எண்ணவில்லை. தனது தொண்டுதான், பெரிதென்றெண்ணி, பொதுக்கூட்டங்களில் உரையாற்றப் பயணம் சென்று விட்டார். நாளுக்கு நாள் நாகம்மையார் உடல்நிலை மோசமடைந்து வந்தது.வைத்தியம் செய்த மருத்துவர்கள் இனிப் பிழைப்பது அரிது என்று கூறினார்கள். அருகிருந்து கவனித்துக்கொள்ள பலர் இருந்தும், நாகம்மையாரின் தளர்ந்த விழிகள், நாற்புறமும் கணவரைத் தேடித் துழாவின. இத்தருணத்திலும் தன் கணவர் அருகில் இல்லாமல் போனது நாகம்மையாரின் மெல்லிய மனத்தை மிகவும் வருத்தியது. வந்துவிடுவார், வந்து விடுவார் என்கிற நம்பிக்கை வர வர அவரது உள்ளத்தில் தளர்ந்துகொண்டே வந்தது.

அப்போது ஈ.வெ.ரா., திருப்பத்தூர் மநாட்டில் பலத்த கைதட்டல்களுக்கிடையே பேசிக்கொண்டிருந்தார். ஈரோட்டிலிருந்து சென்ற ஆள், ஈ.வெ.ராவிடம் நாகம்மையாரின் மோசமான நிலைமையையும், அவர் உயிருக்குப் போராடிக்கொண்டிருப்பதையும் எடுத்துக் கூறினார். ஆனால், இதைக் கேட்டும், ஈ.வெ.ரா. உடனே புறப்பட்டு விடவில்லை. மாநாட்டில் தன் முழு உரையையும்

முடித்த பின்னரே புறப்பட்டார். ஈரோடு மிஷன் மாருத்துவமனையில் நாகம்மையார், கணவரைக் காணும் கடைசி ஆசையும் நிறைவேறாமலே, 1933-ஆம் ஆண்டு மே மாதம் 11ஆம் நாள், உயிர் துறந்தார். ஈ.வெ.ரா. ஊர் வந்து, நாகம்மையாரைக் காண மருத்துவமனை சென்றபோது,நாகம்மையின் உயிரற்ற உடல்தான் அவரை வரவேற்றது. எதற்கும் கலங்காத ஈ.வெ. ராவை,நாகம்மையாரின் மரணமும் கலக்கவில்லை. அன்பே உருவானவர் நாகம்மையார்.

**நாகம்மையை பெரியார் பாராட்டு**

"நாகம்மாள் உயிர் வாழ்ந்ததும், வாழ ஆசைப்பட்டதும் எனக்காகவே ஒழிய, தனக்காக அல்ல என்பதை நன்றாக உணர்ந்தேன்" என தன் மனைவி நாகம்மையார் மறைந்தபோது தந்தைப் பெரியார் சொன்ன வார்த்தைகள் இவை. அவர் அபபடி சொன்னதற்குக் காரணம் தான் வாழ்க்கைத் துணையாக மட்டுமல்லாமல் தன் கொள்கை வழித்துணையாகவும் நாகம்மையார் விளங்கினார் என்பதனாலேயே.

**நாகம்மை பெருமை**

@ தந்தைப் பெரியாருடன் வாழ்ந்த காலத்தில், அவருடன் அவரது கொள்கைப் போராட்டத்தில் தன்னையும் முழுமையாக ஈடுபடுத்திக் கொண்டார் நாகம்மை..

@ தந்தைப் பெரியாரின் மனைவியாக வாழ்ந்ததுடன், அவரது கொள்கையால் ஈர்க்கப்பட்டவராக தந்தைப் பெரியார் வலியுறுத்திய புதுமைப் பெண்ணாகவும் வாழ்ந்து காட்டியவர் நாகம்மை.

@ தமிழ்நாட்டில் பல பள்ளிகள் நாகம்மையின் பெயரைத் தாங்கியுள்ளன. தமிழ்நாட்டில் பெண்களுக்கு உயர்கல்வி வழங்குவதற்கு தமிழக அரசு பெரியார் ஈ. வெ.ரா.நாகம்மை இலவசக் கல்வித் திட்டத்தை அறிமுகப்படுத்தியுள்ளது.

@வேலூரில் நாகம்மை பெயரில், அரசு ஈ.வெ.ரா., நாகம்மை மேல்நிலைப் பள்ளி உள்ளது.

@மதுரையிலும் பெரியார் நாகம்மை பள்ளிகள் உள்ளன.

@ காந்தியின் பிரச்சாரத்தில் வெகுவாக ஈர்க்கப்பட்ட நாகம்மை ஈரோட்டில் தங்களது வீட்டின் அருகே தெருவொன்றில் பெண்களைத் திரட்டி மறியல் போராட்டத்தில் ஈடுபட்டு கைது செய்யப்பட்டார். நாகம்மை கள்ளுக்கடைக்காக நடத்திய

போராட்டத்தின் காரணமாக மறியல் போராட்டம் நடைபெற்ற இடம் தற்போதும் கள்ளுக்கடை மேடு என்றழைக்கப்பட்டு வருகிறது.

@ நாகம்மை, கணவரைப் பல சமயம் தன் வீட்டாரிடம் விட்டுக்கொடுக்காமலும். வெளியுலகில் தன் கணவரது பொதுத் தொண்டுகள் அனைத்திற்கும் ஒத்துழைப்புக் கொடுத்தவர். கணவர் சிறைபுக நேர்ந்ததால், அவர் விட்ட இடத்திலிருந்து தொடர்ந்து போராடி, சிறைக்கும் அஞ்சாமல் வீரசாகசம் புரிந்த ஒப்பற்ற வீராங்கனையாக வாழ்ந்து காட்டி சரித்திரத்தில் இடம் பெற்றவர் நாகம்மையார்.

@ காந்திஜிக்கு மனைவியாக அமைந்த கஸ்தூரிபாய் அவருக்கு தொண்டும், உதவியும் செய்ததுபோலவே, ஈ.வெ.ரா.வுக்கு நாகம்மை கிடைத்தார். அவருக்கு ஏகமாகப் பணிபுரிந்தார், சமூகப் போராளியாகவும் இருந்தார்.

**விருந்தோம்பலில் சிறந்த பண்பாளர் நாகம்மை**

விருந்தோம்பலில் நாகம்மையாருக்கு இணையானவர் எவருமில்லை. தம் இல்லத்திற்கு வரும் யாவர்க்கும் இன்முகத்துடனும் இன்சொல்லுடனும் விருந்து படைப்பதைக் கண்டு அனைவரும் நெகிழ்வார்கள். ஆனால் பெரியார் சிக்கனவாதி; இதனை விரும்பாதவர். ஆனால் எந்த நேரத்தில், யார் தன் வீடு தேடி வந்தாலும், அவர்களை வாயார உபசரித்து, வயிறார உணவளித்து அனுப்புவார் நாகம்மை. தனது மாமனார், மாமியாரையும் தன் இரு கண்கள்போல் போற்றிக் கடைசிக் காலம்வரை தொண்டு செய்தவர்.

''ஒரு சமயம் நானும், பெரியாரும் திருநெல்வேலிக்குப் பிரசார நிமித்தம் சென்றுவிட்டு ஈரோட்டுக்கு இரவு 12.30 மணிக்கு வந்தோம். அன்னம் கிடைக்குமோ, கிடைக்காதோ என்ற ஐயப்பாட்டுடனே வந்தோம். அப்பொழுது நாகம்மை அம்மையார் அன்புடன் வரவேற்று, உடனே அறுசுவையுடன் அமுது படைத்ததை யான் என்றும் மறவேன்'' என்று திரு.வி.க எழுதியிருக்கிறார்.

ராஜாஜியும்கூட பெரியார் வீட்டு விருந்தோம்பல் குறித்து 1953-ஆம் ஆண்டில், நான் ஈ.வெ.ராமசாமியின் வீட்டுத் தோசையை விரும்பிச் சாப்பிடுவேன். அதன் பக்குவம் என்ன என்று நான் கேட்பதுண்டு'' என்று பொதுக்கூட்ட மேடையிலேயே

பேசியிருக்கிறார். பெரியாருடன் மலேசியா, சிங்கப்பூர் சென்றுவிட்டு, இந்தியாவிற்குத் திரும்பும்போது, தங்களுக்கு விருப்பமான, தேவையான மலாய் நாட்டுப் பொருள்கள் எவை என்று கேட்ட தமிழர்களிடம், "நீங்களெல்லாம் இங்கே சுயமரியாதை இயக்கத்தைப் பாடுபட்டுப் பரப்பியிருக்கிறீர்களே, அதுவே எனக்கு அருமையான பொருள்" என்று உள்ளம் நிறைந்து பாராட்டினாராம் நாகம்மையார்.

**நாகம்மை இல்லம்.**

நாகம்மையாரின் பெயர் என்றும் நிலைத்திடும் வகையிலும், நாகம்மையின் சமூகப் பணியின் நினைவாகவும், 'நாகம்மையார் இல்லம்' என்ற பெயரில், ஆதரவற்ற பெண் குழந்தைகளுக்கான இல்லம் தந்தைப் பெரியாரால் 1959-ஆம் ஆண்டு திருச்சியில் உருவாக்கப்பட்டது. 2009-ஆம் ஆண்டு தனது பொன்விழாவினை இந்த இல்லம் கொண்டாடியுள்ளது. இந்த இல்லம் இன்னும் எத்தனையோ பெண் குழந்தைகளின் வாழ்வில் ஒளியேற்றி வருகிறது.


*Ref:*

1. *https://ta.wikipedia.org/wiki*
2. *https://www.dinamani.com/editorial-articles/special-stories/2020/mar/08/womens-day-2020-remembering-nagammai-maniammai-3376051.html*
3. *https://ta.wikisource.org/wiki/*
4. *https://www.vikatan.com/social-affairs/women/remembering-nagam-mai-on-her-death-anniversary*
5. *amilvu.org/library/nationalized/pdf/49-na.ra.nachiyappan/ilaignarkalukku-thantha*
6. *iperiyarvaralaru.pdfhttp://*
7. *modernrationalist.com/category/feminism/*
8. *https://feminisminindia.com/2019/09/16/nagammai-fearless-forgot-ten-dalit-feminist-activist/*

5

# காந்திஜியின் தத்துப்பெண் அம்புஜம்மாள்

வரலாறு எப்போதும் வெற்றிபெற்றவர்களால் எழுதப்படுவதாகவே இருக்கிறது. இந்திய வரலாற்றையும், விடுதலைப் போராட்ட பதிவுகளையும் எழுதியவர்களில் பெரும்பான்மையானவர்கள் ஆங்கிலேயர்களே. இவர்கள் எப்படி சுதந்திரத்தில் ஈடுபட்ட தமிழக பெண் வீராங்கனைகள் பற்றி எழுதுவார்கள்.

## யார் இந்த அம்புஜம்?

இம்முறை நாம் சந்திக்கப் போகும் மறக்க முடியாத, ஆனால் வரலாற்றுப் பதிவில் அதிகம் பேசப்படாத பெண் “பத்மஸ்ரீ அம்புஜம்மாள்”தான். இவர் சோதனைகளை அதிகம் சந்தித்த தமிழ்நாட்டுப் பெண்மணி. அம்புஜம்மாள் (*ஜனவரி 8,1899-1983*) என்பவர் இந்திய விடுதலைப் போராட்டத்தில் கலந்துகொண்ட தமிழ்நாட்டுப் பெண் ஆவார். எல்லோரும் அவரை அம்புஜம்மாள் என்றழைத்தாலும் மகாத்மா காந்திஜி மட்டும் ‘அம்புஜம்’ என்றே அன்புடன் அழைப்பார். தமிழின் தொடக்ககாலப் பெண்

எழுத்தாளர்களில் அம்புஜம்மாளும் ஒருவர். குறிப்பிடத்தகுந்த நூல்களையும், கட்டுரைகளையும் எழுதியுள்ளார். காந்தியவாதி. சுதந்திரப் போராட்டத்தில் காந்திய வழியில் ஈடுபட்ட தமிழ் நாட்டுப்பெண்.

**மகாத்மா காந்தியின் தத்துப்பெண்**

காந்திஜியின் அன்புக்கு மிகவும் பாத்திரமாய் இருந்தவர் அம்புஜம்மாள். இளமைப் பருவத்தில் அவருக்கு அத்தனை அன்பு கிடைக்கவில்லை. பிறந்ததுமே உற்றார், உறவினர்களால் தூற்றப்பட்ட பெண்தான் அம்புஜம். காரணம் அன்றைய மூடநம்பிக்கையும், பெண்ணின் நிலைமையும்தான். காந்தியுடனான இவரின் நினைவுகளை 'மகாத்மா காந்தி நினைவு மாலை' என்ற நூலாக எழுதினார். எஸ்.அம்புஜம்மாள் காந்திக்கு எழுதிய கடிதங்கள் புகழ் பெற்றவை. தன் இறுதிக்காலம் வரை சமூகசேவைகளில் ஈடுபட்டார்.

**அம்புஜம்மாள் பிறப்பு**

அம்புஜம்மாள் 1899-ஆம்ஆண்டு, ஜனவரி மாதம் 8ஆம் நாள், சென்னையில் வசித்த, எஸ். சீனிவாச ஐயங்கார், ரங்கநாயகி அம்மாள் என்ற இணையருக்கு மகளாகப் பிறந்தார். பிறந்தபோது அவருக்கு பெற்றோர் இட்ட பெயர் அம்புஜவல்லி. இவர்கள் குடும்பத்தில் முதல் இரண்டும் பெண்ணாக இருந்ததால், அம்புஜம்மாள் பிறந்ததும், குடும்பத்தாருக்கு அவர் மீது ஏராளமான வெறுப்பு ஏற்பட்டது. மூன்றும் பெண் குழந்தையாகி விட்டதே என்பதால்தான். சமூகத்தில் அப்போது அதிகம் முற்போக்காக எண்ணங்கள் வளராத காலகட்டம். இவரது தந்தை சென்னையின் புகழ் பெற்ற வழக்குரைஞர்களுள் ஒருவர். தாய்வழித் தாத்தா பாஷ்யம் ஐயங்கார் உயர் நீதிமன்ற நீதிபதி. அது மட்டுமல்ல, அந்தக் காலத்தில் ஆங்கிலேயர் அல்லாத முதல் அட்வகேட் ஜெனரல் அவர்தான். அம்புஜம்மாள் பிறந்தது ஒரு வசதியான குடும்பம்தான்.

**பிறந்ததும் தூற்றப்பட்ட அம்புஜவல்லி**

இத்தனை பாரம்பரியம், பின்னணி இருந்தும், இளமையில் அம்புஜம்மாளிடம், குவிந்த பிரச்சனைகள் ஏராளம். அவர் பிறந்த சில தினங்களிலேயே அம்புஜவல்லிக்கு தோல் வியாதி வந்தது. எனவே பார்க்கவே சகிக்காமல் மிக அசிங்கமாக இருந்தார். மற்ற

குழந்தைகளைப் பாசத்துடன் கொஞ்சுபவர்கள்கூட, குழந்தை அம்புஜவல்லியை நெருங்கவே பயந்தனர். அப்போது, அம்புஜம்மாளின் அக்காவும் இறந்துவிட்டார். அவரின் இறப்புக்கு அம்புஜம்தான் காரணம் என எல்லோரும் சொன்னார்கள். அந்த ஊரில், குடும்பத்தில், சமூகத்தில், மூட நம்பிக்கைகள் அதிகம் இருந்ததால், அனைவரும், அம்புஜம்மாளின் அக்கா இறப்பிற்கு, அம்புஜம்மாவின், 'பிறந்த ராசிதான் காரணம் என்றும், அக்காவை சாப்பிட்டுட்டா' என்றும் ஏசினார்கள்; அவரை ஒதுக்கினார்கள்.

### குழந்தையிலேயே தனிமை

சென்னை வெயில் ஒத்துக்கொள்ளாததால்தான், குழந்தைக்கு தோல் வியாதி ஏற்பட்டுள்ளது என்பதை அறிந்து அம்புஜவல்லியை பெங்களூரில் உறவினர் இல்லத்தில் கொண்டு விட்டனர். அங்குதான் அதன்பின்னர் அம்புஜம்மாள் வளர்ந்தார். தோல்நோய் குணமாகியதும் சென்னைக்கு வந்தார். இதற்கிடையே, அவரின் அன்னை ரங்கநாயகிக்கு ஓர் ஆண் குழந்தை பிறந்தது. குடும்பத்தில் எல்லோருக்கும் சந்தோஷம். அம்புஜம்மாளுக்கும் தம்பி வந்ததில் மகிழ்ச்சிதான். ஆனால், அந்த மகிழ்ச்சி நெடுநாள் நீடிக்கவில்லை. தம்பிக்கு கால் ஊனம். இருப்பினும் ஆண் குழந்தை என்பதால் எல்லோரும் கொண்டாடினர் . அம்புஜம்மாளை யாரும் சீண்டக்கூட இல்லை. அம்புஜம்மாள் மீண்டும் தனிமைப்படுத்தப்பட்டார்.

### ஆண் - பெண் பாகுபாடு

படித்தவர்கள், உயர் வகுப்பினர் என்றாலும் அங்கும் ஆண், பெண் பாகுபாடு இருந்தது. மகனின் பிறந்தநாளை விமரிசையாகக் கொண்டாடிய குடும்பத்தினர் மகளின் பிறந்தநாளை மறந்து விடுவார்கள். அம்புஜவல்லி சிறிய வயதில் குதிரைச் சவாரி செய்திருக்கிறார். குதிரையின்மேல் லேடீஸ் சேணம் பூட்டி உட்கார்ந்து கொண்டு, லகானை பிடித்துக்கொண்டு செல்வார். குதிரையை வேகமாக ஓட்டிச் சவாரி செய்ததில்லை.

### இளமைக்காலம்

அம்புஜம்மாளுக்குப் பிறகு, பிறந்த தம்பி பார்த்தசாரதிக்கு ஏழு வயதாகும்போது, அவனை பள்ளியில் சேர்த்தார்கள். ஆனால், மூத்தவள் அம்புஜம்மாளை வீட்டிலேயே இருக்கச் சொல்லிவிட்டார்கள். அது அவரை மிகவும் பாதித்து விட்டது. ஆனால் அக்கால வழக்கப்படி அம்புஜம்மாளுக்கு கல்வி மறுக்கப்பட்டது. அம்புஜம்மாள்தான் படிக்க வேண்டும் என்று

தொடர்ந்து பெற்றோரை நச்சரித்தார். இவரை பள்ளிக்கு பெற்றோர் அனுப்பவே இல்லை. ஆனால் அதற்குப் பதிலாக இந்திய கிறிஸ்துவ சங்கத்தைச் சேர்ந்த ஓர் ஆசிரியரைக் கொண்டு வீட்டிலேயே அம்புஜத்திற்கு கற்பிக்க ஏற்பாடு செய்தனர். ஆனாலும் அவர் கொடுத்த கல்வியில், கல்வியைவிட மத போதனையே அதிகமாக இருந்தது. மேலும் அவர் ஐரோப்பியர்களின் நாகரிக பழக்க வழக்கங்களையும் ஆசிரியர் அவருக்கு கற்பித்தார். அவருக்கு ஆறு மாதங்களுக்கு ஒரு முறை வாத்தியாரம்மா மாறி விடுவார். புது வாத்தியாரம்மா வந்ததும், பழைய வாத்தியாரம்மா கற்றுக் கொடுத்த பாடங்கள் சரியில்லை என்று கூறி, மறுபடியும் முதல் வகுப்புப் பாடப் புத்தகத்தையே சொல்லிக் கொடுக்க ஆரம்பிப்பார். அத்துடன் தனித்தனியான ஆசிரியர்கள் மூலம் அம்புஜத்திற்கு தமிழ், ஹிந்தி, ஆங்கிலம் மற்றும் சம்ஸ்கிருதத்தில் கல்வி போதிக்கப்பட்டது. அம்புஜம்மாளுக்கு நல்ல குரல் வளம் இருந்தது. எனவே அவரது பெற்றோர் அவருக்கு இசைப் பயிற்சியும் அளித்தனர். அம்புஜம் வீணை வாசிப்பதிலும் திறமையும் தேர்ச்சியும் பெற்றார்.

**திருமணம்**

அம்புஜம்மாளுக்கு 11 வயது ஆனதும், அந்தக் கால வழக்கப்படி, ஒரு திறமையான மொழியியலாளர். எஸ். தேசிகாச்சாரி என்ற வழக்கறிஞரை, 1910ஆம் ஆண்டு, திருமணம் செய்து வைத்தனர் பெற்றோர். அம்புஜம்மாளின் கணவர் தேசிகாச்சாரி, அம்புஜம்மாளின் தந்தை சீனிவாச ஐயங்காரிடம் உதவி வழக்குரைஞராகப் பணியாற்றி வந்தார். திருமணத்துக்குப்பின் அம்புஜம்மாள் கணவர் வீட்டில் சென்று வாழவில்லை. கணவருடன் தாய் வீட்டிலேயே இருந்தார்.சீனிவாச ஐயங்கார் காங்கிரஸ் அபிமானி; ராஜாஜி யுடன் நெருங்கிப் பழகியவர். அவரது திறமையையும் பல துறைகளில் அவர் செயல்பாடுகளையும் கண்ட, உயர்ந்த பிரிட்டிஷ் அரசு அவருக்கு அட்வகேட் ஜெனரல் பதவி அளித்துச் சிறப்பித்தது.

**வீட்டில் மூட நம்பிக்கை**

அம்புஜம்மாளின் தந்தை சீனிவாச அய்யங்கார் காங்கிரஸ் தலைவர்களிடம் நெருங்கிப் பழகுபவர். ஒருமுறை ராஜாஜி இங்கிலாந்து சென்று திரும்பினார். அவருக்கு ஒரு விருந்து கொடுத்தார் சீனிவாச அய்யங்கார். இதையறிந்த அம்புஜம்மாளின் பாட்டிக்குக் கோபம். ‘கடல் கடந்து போய் வந்தவருக்கு வீட்டில்

விருந்தா? நம் ஆச்சாரமே போச்சு. இனி நான் இந்த வீட்டில் தண்ணீர்கூட குடிக்க மாட்டேன்' என்று கோபித்துக் கொண்டு வெளி ஊருக்கு கிளம்பிப்போய்விட்டார். இது அம்புஜம்மாளின் மனதில் பெரிய தாக்கத்தையும் காயத்தையும் ஏற்படுத்தியது. வீணான மூட நம்பிக்கைகள் மீதும், பழக்க வழக்கங்கள் மீதும் கடுமையான கோபம் ஏற்பட்டது அம்புஜம்மாளுக்கு. தனது வாழ்க்கையும் இவர்களைப் போல் அமைந்து விடக் கூடாது என்று எண்ணினார்; விரும்பினார்.

**காந்தி சென்னை வருகையும், அம்புஜம் அரசியல் திருப்பமும்,**

இந்த நிலையில்தான் மோகன்தாஸ் கரம்சந்த் காந்தி தென் ஆப்பிரிக்காவில் இருந்து இந்தியாவிற்கு திரும்பி வந்திருந்தார். அவரது இல்லத்தில் காந்திக்கு சிறந்த வரவேற்பு ஒன்றை அளித்தார் சீனிவாச ஐயங்கார். காந்தியையும் கஸ்தூரிபாயையும் நேரில் சந்தித்தார் அம்புஜம்மாள். அவர்களின் எளிமையைப் பார்த்து மிகவும் வியந்தார். அவர்கள் சேவைகளைக்கண்டு, தாமும் அவர்களைப்போல ஏதாவது செய்ய வேண்டும் என்ற எண்ணம் ஏற்பட்டது. அதன்மூலம் தேசிய உணர்வை அடைந்து அக்கம் பக்கத்தில் உள்ள பெண்களை அழைத்து அவர்களுடன் இணைந்து, உலகப்போரில் ஈடுபட்ட இந்திய ராணுவத்தினருக்கு சென்னையிலிருந்து மருந்துகள், துணிகள் சேகரித்து அனுப்பினார். நிதியும் திரட்டிக் கொடுத்தார். அப்போது அம்புஜம்மாளுக்கு வயது பதினைந்துதான்.

**ஆசையைத் துறந்த அம்புஜம்மாள்**

புத்தர் பெருமான் உலகின் துன்பங்களைக்கண்டு மனம் கலங்கி முடி அரசைத் துறந்தார். தென்னாட்டிலே ஸ்ரீமான், ஸ்ரீனிவாச ஐயங்காருடைய செல்லப்பெண் அம்புஜவல்லி, அலங்காரவல்லியாக இருந்து, சிறுமி தன்னுடைய பாட்டி நகைகளைக்கூட ஆசைப்பட்டுக் கேட்ட பெண், பின்னால் அன்னை கஸ்தூரிபா. காந்தியைச் சந்திக்கிறார். அன்னையின் கைகளில் இருந்தன இரும்பு வளையல்கள். இந்தத் தோற்றம் அம்புஜம்மாளின் மனதையே மாற்றி அணிகலன்களுக்குப் பதில் அன்பை, தேசபக்தியை, தெய்வபக்தியை, சமூகநலப்பணியை எல்லாம் சேர்த்து ஆபரணங்களாக அணிந்திருக்கிறார். பின்னர் அம்புஜம்மாள் கதர் உடையணிந்து, கழுத்தில் மணிகளின் இழையைத் தவிர வேறெதுவும் அணிந்ததில்லை. முழுமையாக எளிமையானவராக மாறினார் அம்புஜம்மாள்

### அம்புஜம்மாளின் உடல் நலம் பாதிப்பு

அம்புஜம்மாள் தேசிகாச்சாரி தம்பதிக்கு ஓர் ஆண் குழந்தையும் பிறந்தது. அப்போது அம்புஜம்மாளுக்கு வயது 25. இடையில் கணவருக்கு ஏற்பட்ட உடல்நலக் குறைவும், மன நலப் பிரச்சினையும் அம்புஜம்மாளைப் பெரிதும் பாதித்தன. அம்புஜம்மாளுக்கும் காசநோய் ஏற்பட்டது. தாயாரின் உடல் நலமும் குன்றியது. தாத்தாவும் மறைந்தார். தம்பிக்கும் காலில் பாதிப்பு ஏற்பட்டது. இல்லற வாழ்க்கையின் பிரச்சினைகளை, தந்தையின் உறுதுணையுடன் எதிர்கொண்டார்.

### அன்னிபெசன்ட் சுயாட்சி இயக்கம்.

அப்போது சென்னையில் 'இந்தியர்களுக்கு சுயாட்சி' என்ற இயக்கத்தை துவக்கினார் அன்னிபெசன்ட் அம்மையார். அந்தக் கூட்டங்களுக்கு தந்தைக்குத் தெரியாமல் அம்புஜம்மாளும், அவரின் சித்தி ஜானம்மாளும் சென்று வந்தார்கள். தந்தை சீனிவாச அய்யங்காருக்கு அன்னிபெசன்ட் அம்மையாரைக் கண்டாலே பிடிக்காது. அன்னிபெசன்ட் இங்கிலாந்து அரசுக்கு விரோதமாக செயல்படுவதாலும்கூட அப்போது இந்தியாவில் ஆங்கிலேய அரசு ஆட்சி செய்ததாலும், இந்திய அரசு அன்னிபெசன்ட்டைக் கைது செய்ய உத்தரவிட்டது. 'கைது வேண்டாம். ஊட்டியில் வீட்டுக் காவலில் வைக்கலாம்' என்று அரசுக்கு யோசனை சொன்னார் அட்வகேட் ஜெனரலாக இருந்த சீனிவாச அய்யங்கார். இது அம்புஜம்மாளுக்குப் பிடிக்காமல் மன வேதனையுற்றார்.

### அம்புஜத்தின் பணி

அம்புஜம்மாள் பின்னர் ஆசிரியராக தகுதி பெற்று, சாரதா வித்யாலயா பெண்கள் பள்ளி'யில், பகுதி நேரமாக கற்பித்தார். கி.பி.1929 முதல் 1936 வரை, அம்புஜம்மாள் சாரதா மகளிர் சங்கத்தின் குழு உறுப்பினராக இருந்தார். சகோதரி சுப்புலட்சுமியுடன் மிக நெருக்கமாக வேலை செய்தார். 1929ஆம் ஆண்டில், சென்னை மகளிர் சுதேசி லீக்கின் பொருளாளரானார். இந்த லீக், காங்கிரசின் அரசியல்சாராத பிரிவாக இருந்தது, காந்திஜியின் சமூக மற்றும் பொருளாதார திட்டங்களை செயல்படுத்தியது.

### பாரதியார் பாடல் மூலம் சுதந்திர தாகம் ஊட்டுதல்

முதல் உலகப் போர் நடந்துகொண்டிருந்ததால் ஆங்கிலேய அரசு சென்னையில் பொதுக்கூட்டங்கள் நடத்துவதற்குத்

தடையுத்தரவு போட்டிருந்தது. அம்புஜம்மாளும் அவரது பெண்கள் சங்கமும் மார்கழி மாத பக்திப் பாடல்கள் என்று சொல்லி, நாட்டுப்பற்றுப் பாடல்களையும், இந்திய தேச உரிமை கீதங்களையும் பாடிக்கொண்டு, சென்னை, திருவல்லிக்கேணி பார்த்தசாரதி கோயிலைச் சுற்றிவருவார்கள். முதலில் அவர்களைக்கொண்டு கொள்ளாத, கண்டுபிடிக்காத காவல்துறை, பின்னர் கண்டுபிடித்துப் பெண்கள் சங்கத்தினரைக் கைது செய்தார்கள். இவர் பாரதியாரின் பாடல்களை பாடி விடுதலை உணர்வை ஊட்டினார்.

### தீவிர அரசியலில் அம்புஜம்மாள்

இரண்டாவது முறையாக காந்தி சென்னை வந்தார். அப்போதும் அவர் சீனிவாச ஐயங்கார் வீட்டில் தங்கினார். அப்போதுதான், "இந்தியப் பெண்களில் படித்தவர்கள் வெகு சிலரே. அவர்களும் குடும்பக் கடமைகளில் மூழ்கி விடுகிறார்கள். அந்தக் குறையைத் தீர்ப்பது உன்னைப் போன்ற படித்த பெண்களின் கடமை" என்று காந்தி அறிவுறுத்தினார். அம்புஜம்மாள் அது முதல் தீவிரமாகப் பொதுச் சேவையில் ஈடுபட ஆரம்பித்தார். அம்புஜம்மாள் தெருவெங்கும் கதர்த் துணிகளைச் சுமந்து சென்று விற்பனை செய்தார். பின்னர் அவர் ருக்மணிலட்சுமிபதி, துர்காபாய் தேஷ்முக், வை.மு.கோதைநாயகி போன்றோருடன் இணைந்து காந்திஜியின் அறிவிப்பின்படி வெள்ளையர்களுக்கு எதிராக அகிம்சை வழியில் பல போராட்டங்களில் ஈடுபட்டார். தடை செய்யப்பட்டிருந்த பாரதியின் பாடல்களைப் பொதுவெளியில் உறக்கப் பாடி ஊர்வலம் சென்றார். அந்நியத் துணிகளை எதிர்த்துப் போராட்டம், கள்ளுக்கடை மறியல் எனப் பல போராட்டங்களில் அம்புஜம்மாள் கலந்துகொண்டார்.

### கள்ளுக்கடை மறியல், கைது

ஒரு சமயம் அம்புஜம்மாள் அவரது தோழிகளுடன் சேர்ந்துகொண்டு, சென்னையில் அந்நிய துணி புறக்கணிப்புப் போராட்டத்தில் தீவிரமாக ஈடுபட்டார். இவருடன் போராட்டம் செய்தவர்களை கைது செய்த காவல்துறை, அம்புஜம்மாளைக் கைது செய்யவில்லை. காரணம் இவர் அட்வகேட் ஜெனரலின் மகள் என்பதுதான். ஆனால் அம்புஜம்மாள், இதனை போராட்டத்தை மேலும் தீர்மானத்துடன் தொடர்ந்து நடத்த கிடைத்த ஒரு வாய்ப்பாக கருதினார். எனவே அம்புஜம்மாள் 10 நாட்கள் தொடர்ந்து சைனா பஜாரில் அந்நிய துணிகள் இருக்கும் கடைகள்

முன்பு போராட்டம் நடத்தினார். இந்தியாவில் மற்றும் தமிழ் நாட்டில், தேசப்பற்று உள்ள எல்லோரும் கள்ளுக்கடை மறியல், அந்நிய துணிக்கடை மறியல்,அந்நிய துணி பகிஷ்கரிப்பு என்று 1932ஆம் ஆண்டு, தேசம் காக்கும் போராட்டத்தில் கலந்துகொண்டு பலர் சிறைக்குச் சென்றனர். இவருடன் இவரது சித்தியான ஜானம்மாளும் கலந்துகொண்டார். இதனைத் தடுப்பதற்காக, காவல் துறையினர், இவர்கள் மீது ரப்பர் குழாய் மூலம் சாக்கடை தண்ணீரைப் பீச்சி அடித்தனர். ஆனாலும் அச்சம் இல்லாமல் அருவருப்பில்லாமல் இருவரும் தொடர்ந்து மறியலில் ஈடுபட்டனர். அதன் பின்னர் இவர்கள் கைது செய்யப்பட்டு வேலூர் சிறையில் அடைக்கப்பட்டனர்.

**அம்புஜம்மாளின் சிறை வாழ்க்கை.**

அந்நியத் துணி புறக்கணிப்புப் போராட்டத்தில் ஈடுபட்டதால் அம்புஜம்மாள் கைது செய்யப்பட்டு வேலூர் சிறையில் அடைக்கப்பட்டார். அங்கு அவர், கல்வி அறிவில்லாத பெண்களுக்கு தமிழும், தமிழ் மட்டுமே அறிந்தவர்களுக்கு ஹிந்தி, ஆங்கிலம் போன்ற மொழிகளைக் கற்றுக் கொடுத்தார். பெண்கள் சுயமாக நிற்க வேண்டும் என்பதற்காக அவர்களுக்கு தையல், பூ வேலை போன்ற கைத்தொழில்களைப் பயிற்றுவித்தார்.

**சரோஜினி வரதப்பனுக்கு ஆசான்**

தமிழக முதலமைச்சரான எம்.பக்தவத்சலத்தின் மகளும், சமூக ஆர்வலருமான சரோஜினி வரதப்பனுக்கு, அம்புஜம்மாள் வழிகாட்டியாக இருந்தார். சுதந்திரத்திற்கு முன்பு சென்னை, இராணிப்பேட்டை ஹைரோடில், ஒரு சிறிய அறையில், இருவரும் இலவச இந்தி வகுப்புகளை, நடத்தினர். 1934 முதல் 1938ஆம் ஆண்டு வரை இந்தி பிரச்சார சபாவின் நிர்வாகக் குழுவில் அம்புஜம்மாள் இருந்தார். இந்திக்காக நிறைய பிரச்சார வேலைகளை செய்தார். இந்தி பிரச்சார சபாவுடனான அவரது நடவடிக்கைகளின் ஒரு பகுதியாக, 1934இல், பம்பாயில் நடைபெற்ற அகில இந்திய காங்கிரஸ் கூட்டத் தொடரில் கலந்து கொண்டார்

**காந்தியின் தத்துப்பெண்**

சிறையிலிருந்து விடுதலையானபின், அம்புஜம்மாளும், அவரின் சித்தி ஜானம்மாளும், மீண்டும் கதர் விற்பனை, காங்கிரஸ் கூட்டங்களை நடத்துவது போன்ற பணிகளில் ஈடுபட்டனர்.

வை.மு.கோதைநாயகி அம்மாள், ருக்குமணி லட்சுமிபதி முதலியவர்களோடு நட்புக்கொண்டு பெண்ணடிமைக்கு எதிராக குரல் கொடுத்தவர் அம்புஜம்மாள். அதன் பின்னர் அம்புஜம்மாள், பம்பாய் காங்கிரஸ் மாநாட்டுக்குச் சென்று காந்திஜியைக்கண்டு மகிழ்ந்தார். இவர் "காந்தியடிகளால் தத்தெடுக்கப்பட்ட மகள்" என்று அழைக்கப்பட்டார்.

**காந்தியின் கடிதம்**

காந்திஜி, அம்புஜம்மாவிடம், 'உங்கள் கடிதத்தைப் படித்ததில், நான் மகிழ்ச்சி அடைந்தேன். நீண்ட காலத்திற்குப் பிறகு, உங்கள் கடிதத்தைப் பார்த்தது, ஒரு தந்தை தனது மகளைப் பார்த்தபோது அனுபவித்த மகிழ்ச்சியை எனக்கு அளித்தது. ஏன் உங்கள் மனம் கவலைப்படுகிறது. எனக்கு எழுதுங்கள்" பாபுவின் ஆசீர்வாதம்... காந்திஜியிடமிருந்து, இந்தக் கடிதத்தைப் பெற்றபோது, அம்புஜம்மாள் வயது 36..

அதன்பின்னர் அம்புஜம்மாள், காந்திஜிக்கு நாள் முழுவதும் பணிவிடை செய்வதில் தன்னை அர்ப்பணித்துக் கொண்டார். அப்போது அவரின் பெயர் அம்புஜவல்லி என்ற பெயர் நீளமாக இருப்பதாகக் கூறி, அம்புஜம் என சுருக்கி அன்போடு காந்திஜி அழைக்கத் துவங்கினார். காந்திஜியின் அருகில் அமர்ந்துகொண்டு அவருக்கு விசிறிக்கொண்டிருப்பதும், அவர் பேசுவதை கவனிப்பதிலும், அம்புஜம்மாளுக்கு சொல்ல முடியாத மகிழ்ச்சி ஏற்பட்டது. நமது தேசம் சுதந்திரம் அடைய மகாத்மா எடுத்த கடைசி ஆயுதமான 'வெள்ளையனே வெளியேறு' இயக்கம் இந்தியாவின் மூலை முடுக்கெங்கும் பரவிக்கொண்டிருந்த காலம் 1942-இல் தென் மாவட்டங்கள் முழுக்க சுதந்திரப் போராட்ட புயல் வீசியது.

**வார்தா ஆசிரமம்**

காந்திஜியின் இணையர் அன்னை கஸ்தூரிபாவின் எளிமையான தோற்றத்தால் கவரப்பட்டார். காங்கிரஸ் மாநாடு முடிந்த பின்னர், அம்புஜம்மாள் சென்னை திரும்பும் போது, நவம்பர் 1ஆம் தேதி 'வார்தா' ஆசிரமத்திற்கு வர முடியுமா? என்று காந்திஜி அம்புஜம்மாளிடம் கேட்டார். அதற்கு அம்புஜம்மாள் கொஞ்சம் கூட யோசிக்காமல் "ஓ கட்டாயம் வருகிறேன்" என்று கூறிவிட்டு வந்தார். வீட்டிற்கு வந்தவுடன், காந்திஜி வார்தா ஆசிரமத்துக்கு அழைத்ததை அம்புஜம்மாள் தந்தையிடம் அனுமதி கேட்டபோது,

தந்தையார் பிடிவாதமாக மறுத்து விட்டார். இதனால் அம்புஜம்மாள் தன் வீட்டுக்குள்ளேயே, மூன்று நாட்கள் உண்ணாவிரதம் இருந்தார். அதன் பின்னர்தான் அவரை வார்தா செல்ல பெற்றோர் சம்மதித்தனர். பிறகு அம்புஜம்மாள் வார்தா ஆசிரமத்துக்குச் சென்றார். அதன்பின் தந்தையார் மறைந்தபோது மட்டுமே சென்னை திரும்பினார்.

**அம்புஜம்மாளின் திறமை... புலமை**

அம்புஜம்மாள் பள்ளியில் சேர்ந்து நன்கு படித்து முறையாகத் தேர்ச்சி பெறவில்லை என்றாலும்கூட, தமது சொந்த முயற்சியாலும், மீளா ஆர்வத்தினாலும், தானாகவே படித்து புலமை பெற்று விளங்கினார். அம்புஜம்மாள் பல இந்திக் கதைகளை தமிழில் மொழி பெயர்த்து இருக்கிறார். வார்தா ஆசிரமத்தில் தங்கியிருந்தபோது, துளசி ராமாயணத்தை இசையுடன் பாடக் கற்றுக்கொண்டு, அனைவருக்கும் பாடி மகிழ்வித்தார். வடநாட்டு கிராம மக்களிடையே, பேச்சுவழக்காக உலவி வந்த, பிரபலமாகியிருந்த துளசி ராமாயணப் பாடல்களைத் தமிழில் மொழிபெயர்க்கும்படி அம்புஜம்மாளிடம் கூறியிருந்தார் காந்திஜி. அவர் சொன்னபடி துளசி ராமாயணத்தின் முதல் இரண்டு காண்டங்களை வசன நடையில் மொழி பெயர்த்தார் அம்புஜம்மாள்.

**பதவிகள் பலப்பல**

அம்புஜம்மாள், 1939 முதல் 1942 வரை செயலாளராகவும் 1939 முதல் 1947 வரை பொருளாளர் பதவியையும் வகித்து, மகளிர் இந்திய சங்கத்தின் (டபிள்யூ.ஐ.ஏ.), குறிப்பிடத்தக்க உறுப்பினராக இருந்தார். இந்த காலகட்டத்தில், அவர் பேசிய பிரச்சினைகள்: குழந்தை திருமணம் ஒழிப்பு, பலதார மணம் ஒழிப்பு, தேவதாசி அமைப்பு ஒழிப்பு, பெண்களின் உரிமைகளையும் அவர்களின் சொத்து உரிமைகளையும் பாதுகாப்பதற்கான சட்டத்தைக் கொண்டு வருதல்.

**தமிழ்நாட்டில் சுற்றுப்பயணம்**

வினோபா பாவேயின் பூமிதான இயக்கத்தை பிரப்பலபடுத்த, அவருடன் தமிழ்நாட்டில், 1956இல் சுற்றுப்பயணம் செய்தார், அம்புஜம்மாள். கிராம தன்னிறைவு மாதிரியை நம்பினார். அது பரிந்துரைத்தபடி, 1930இல் ஒத்துழையாமை இயக்கத்தின் போது, அரசியல் வாழ்க்கையில் நுழைந்தார். உப்பு சத்தியாகிரகப் போராட்டத்தில் கலந்துகொண்டு, கைது செய்யப்பட்டார் 1957

முதல் 1962 வரை, தமிழ்நாடு காங்கிரஸ் கமிட்டியின் துணைத் தலைவராகவும், 1957 முதல் 1964 வரை மாநில சமூக நல வாரியத்தின் தலைவராகவும் இருந்தார்.

மகளிர் இந்திய சங்கத்தின் சார்பில், சென்னை மாநகராட்சிக்கு பரிந்துரைக்கப்பட்டார். 1947ஆம் ஆண்டு, சென்னையில் நடைபெற்ற அகில இந்திய மகளிர் மாநாட்டின்போது, வரவேற்புக் குழுவின் தலைவராகவும் நியமிக்கப்பட்டார்.

**கல்வி நிலையம்**

காந்திஜி விரும்பியபடி அம்புஜம்மாள், சென்னையில் பெண்கள் சேர்ந்து படிக்கும் கல்வி நிலையம் ஒன்றை உருவாக்கத் திட்டமிட்டார். பின் அதற்காக ஏற்கெனவே தமது சொந்தச் செலவில் தமது சகோதரனின் மனையில் ரூ.15,000 செலவில் கட்டி முடித்தார். தந்தையின் பெயரோடு, காந்தியடிகளின் பெயரையும் இணைத்துச் 'சீனிவாச காந்தி நிலையம்' என்ற தொண்டு நிறுவனத்தை அமைத்தார். அது இன்றுவரை தொடர்ந்து மக்களுக்குப் பணியாற்றுகிறது.

**பதவிகள்**

இந்திய சுதந்திரத்துக்குப் பின் அம்புஜம்மாள் காங்கிரஸிலும் காங்கிரஸ் அரசியலிலும் பதவிகள் வகித்தார். 1955ஆம் ஆண்டு, சென்னை, ஆவடியில் நடைபெற்ற சிறப்புமிக்க காங்கிரஸ் மாநாட்டின் செயலாளராக இருந்து அம்புஜம் அம்மையார் அரும்பாடுபட்டது குறிப்பிடத்தக்கதாகும்.

1. மாநிலத் துணைத் தலைவர் - தமிழ்நாடு காங்கிரஸ் குழு (1957 - 1962).
2. மாநில சமூக நல வாரியம் (சேர்மன்) (1957 - 1964).

**எழுத்தாளர் அம்புஜம்மாள்**

அம்புஜம்மாளின் முதல் படைப்பான 'அவர் எங்கே இருப்பார்?' எனும் சிறுகதை 1940-இல் 'கலைமகள்' இதழில் வெளியானது. குறிப்பிடத்தகுந்த நூல்களையும் கட்டுரைகளையும் எழுதியுள்ளார். அதிகம் சிறுகதை எழுதியதில்லை.

அம்புஜம்மாள் வார்தா ஆசிரமத்தில் தங்கியிருந்தபோது காந்தியின் வேண்டுகோளுக்கிணங்க துளசி ராமாயணத்தின் முதல் இரண்டு காண்டங்களைத் தமிழில் வசன நடையில் மொழி பெயர்த்தார். இதுவே இவரது முதல் மொழிபெயர்ப்பு முயற்சி.

கே.எம் முன்ஷி எழுதிய நூலை 'வேதவித்தகர் வியாசர்' என்ற தலைப்பில் மொழிபெயர்த்திருக்கிறார். அம்புஜம்மாள் 'சேவாசதன்' என்ற நாவலை தமிழில் மொழிபெயர்த்து ஆனந்த விகடனில் தொடர்கதையாக வெளியிட்டார். அது பின்னர் திரைப்படமாகவும் வெளியாகிப் புகழ் பெற்றது. இதில் எம்.எஸ். சுப்புலட்சுமி கதாநாயகியாக நடித்தார்.

**'மகாத்மா காந்தி நினைவு மாலை' என்ற நூல்**

கலைமகள், கல்கி, பாரதமணி போன்ற இதழ்களுக்குப் பல கட்டுரைகளை எழுதினார். அம்புஜம்மாளின் கதைகள் நேரடியான கருத்துரைப்புத் தன்மை கொண்டவை. தமிழில் காந்தியை நேரடியாக அணுகி அறிந்து எழுதப்பட்ட ஒரு சில நூல்களே உள்ளன. அவற்றில் அம்புஜம்மாள் எழுதிய 'மகாத்மா காந்தி நினைவு மாலை' முக்கியமானது.. காந்தி அம்புஜம்மாளுக்கு எழுதிய கடிதங்கள் மிகவும் புகழ்பெற்றவை. தனது குருநாதரான காரைச்சித்தர் பற்றிய வாழ்க்கை வரலாற்றையும் எழுதியிருக்கிறார்.

அம்புஜம்மாள் தன் தந்தையார் பற்றி, 'என் தந்தையார்' என்ற தலைப்பில் நூல் ஒன்றை எழுதியிருக்கிறார். தன் வாழ்க்கை அனுபவங்களைத் தனது எழுபதாம் வயதில் 'நான் கண்ட பாரதம்' என்ற தலைப்பில் நூலாக வெளியிட்டிருக்கிறார். அம்புஜம்மாள் 'தினமணி' காரியாலயம் வெளியிட்டு வந்த இலக்கிய நூல்களுக்கு ஆலோசனையாளராகவும் பணிபுரிந்தார்.

**விருதுகள்**

★ இந்திய அரசு அம்புஜம்மாளுக்கு 1964-ல் 'பத்மஸ்ரீ' பட்டம் வழங்கியது.

★ தமிழக அரசு சென்னையில் உள்ள சாலை ஒன்றிற்கு அம்புஜம்மாள் பெயரைச் சூட்டியுள்ளது.

**மறைவு**

தன் இறுதிக் காலம் வரை தொடர்ந்து சமூக சேவைகளில் ஈடுபட்டுக்கொண்டிருந்த அம்புஜம்மாள், 1983-இல், தனது ஐ-ஆம் வயதில் காலமானார்.

**நூல்கள் பட்டியல்**

1. என் தந்தையார்
2. மகாத்மா காந்தி நினைவு மாலை
3. நான் கண்ட பாரதம்

4. மொழிபெயர்ப்பு
5. வேதவித்தகர் வியாசர்
6. சேவாசதன்
7. சிறுகதைகள்
8. அவர் எங்கே இருப்பார்?
9. இவரைப்பற்றிய நூல்:அம்புஜம்மாளின் வாழ்க்கையை எழுத்தாளர் வசுமதி ராமசாமி எழுதியுள்ளார்.

*Ref:*


1. *https://ta.wikipedia.org/wiki*
2. *https://en.wikipedia.org/wiki/Ambujammal*
3. *https://www.tnpscjob.com/tnpsc-tamil-ambujathammal/*
4. *https://bookwomb.com/naan-kanda-bharatham.html*
5. *https://mediyaan.com/ambujammal-freedom-fighter/*
6. *https://thecommunemag.com/ambujammal-the-ardent-swadeshi-buried-in-the-pages-of-history/*
7. *http://www.tamilonline.com/thendral/article.aspx?aid=12647*
8. *https://tamil.wiki/wiki*
9. *https://www.dinamani.com/specials/kalvimani/2014/nov/23/TNPSC-IV1017719.html*
10. *http://tnpsctamilnotes.blogspot.com/2014/08/blog-post_97.html*
11. *https://brightzoom.blogspot.com/2018/08/blog-post_54.html*

6

# தென்னாட்டு ஜான்சிராணி கடலூர் அஞ்சலையம்மாள்

### பாரதியாரின் சமகாலப் போராளி

இந்திய விடுதலைப் போராட்டத்தில், ஏராளமான பெண்கள் பங்கு பெற்றாலும், அவர்களின் பெயர்கள் விடுதலை வரலாற்றில் பதிவு செய்யப்படவில்லை. பாரதியின் (டிசம்பர் 11,1882– செப்டம்பர் 11, 1921) சமகாலத்தில் வாழ்ந்தவர் கடலூர் அஞ்சலையம்மாள் (1890-1961). இவர் இருண்டலூர் அஞ்சலையம்மாள் என்றே அழைக்கப்பட்டார். இந்திய விடுதலைப் போராட்ட வீராங்கனை இவர். “விடுதலைக்கு மகளிரெல்லாம் வேட்கை கொண்டனம்”, என்று பாரதி, பெண் விடுதலைக்கு அறைகூவல் விட்ட காலகட்டத்தில் பெண் விடுதலையைவிட தாய்நாட்டின் விடுதலையே முக்கியம் என்று களத்தில் குதித்தவர் அஞ்சலையம்மாள். தென்னாற்காடு மாவட்டத்தின் தெய்வத்தாய் என்றும், வேலுநாச்சியார் என்றும் போற்றப்படுபவர் அஞ்சலையம்மாள். மகாத்மா காந்தி அவர்களால் தென்னிந்தியாவின் ஜான்சிராணி என்று அழைக்கப்பட்டவர் அஞ்சலையம்மாள்.

### இந்திய நாட்டின் விலங்கை உடைக்க வீதியில் இறங்கிய அஞ்சலை

20ஆம் நூற்றாண்டின் தொடக்கத்திலேயே மரபு என்னும் விலங்கை உடைத்தெறிந்துவிட்டு வாழ்வு என்பது குடும்ப வாழ்வு மட்டுமல்ல, சமுதாய வாழ்வும்தான் என்று முழங்கி குடும்பத்தினருடன் வீதியில் இறங்கியவர் அஞ்சலையம்மாள். இந்திய விடுதலைப் போராட்டத்தில் ஈடுபட்ட உயர்சாதித் தலைவர்களின் தியாகங்கள் போற்றப்பட்டதுபோல் விளிம்பு நிலைத்தலைவர்களின் தியாகங்கள் வெளிச்சத்திற்கு வராமல் போயின. வரலாற்றுத் தரப்படி நிலையில் இத்தகைய பிழைகள் இன்றுவரை தொடர்ந்துகொண்டுதான் உள்ளன. அத்தகைய

வரலாற்றுக்குச் சொந்தக்காரர்களில் ஒருவர்தான் விடுதலைப் போராட்ட வீரர் கடலூர் அஞ்சலைஅம்மாள். 1921 முதல் 1943 வரை 22 ஆண்டுகளில் நான்கரை ஆண்டுகள் சிறையிலேயே அவரது வாழ்க்கை கழிந்தது.

### பெண்ணடிமை காலத்தில் போராடிய பெண் அஞ்சலை

அஞ்சலையம்மாள், தமிழகத்தின் கடலூர் மாவட்டம், கடலூரின் முதுநகரில் உள்ள சுண்ணாம்புக்காரத் தெருவின், 38ஆம் எண் இல்லத்தில், 1890ஆம் ஆண்டு ஜூன் மாதம் முதல் தேதி பிறந்தார். அவரது தந்தையின் பெயர், முத்துமணி படையாட்சி. அன்னையின் பெயர், அம்மாக்கண்ணு. அவர் அதிகம் படித்தவர் இல்லை. அஞ்சலையம்மாள் திண்ணைப் பள்ளியில் 5ஆம் வகுப்பு வரை மட்டுமே படித்தவர். ஐந்தாம் வகுப்பு வரையே படிக்க வாய்ப்பு கிடைத்த இவருக்கு சமகால அரசியல் குறித்து தெரிந்துகொள்வதில் மிகுந்த ஆர்வம். அந்நியரிடம் அடிமைப்பட்டுக்கிடக்கும் நாட்டின் நிலை பற்றிய செய்திகளைத் தேடித் தேடி அறிந்துகொள்கிறார். பெண்ணடிமைத்தனம் நிறைந்து இருந்த, சாதீயமும் பரவிக்கிடந்த காலகட்டத்தில், ஓர் எளிய குடும்பத்தில் பிறந்த பெண்மணி அஞ்சலையம்மாள். அவர் தன்னை விடுதலைப்போரில் ஈடுபடுத்திக்கொண்டு பல முறை சிறை சென்றது என்பது தமிழக வரலாற்றில் பெரிய சாதனையும் தமிழகத்திற்கு பெருமையும் ஆகும்.

### திருமணம் மற்றும் குடும்பம்

அஞ்சலையம்மாளின் திருமணம் கடலூர் மாவட்டம் சேத்தியாத்தோப்பிற்கு அருகில் உள்ள 'நற்குணம்' எனும் சிற்றூரில் வாழ்ந்த முருகப்ப படையாச்சி என்பவருடன் நடந்தது. இவர் அந்த ஊரில் உழவு மற்றும் நெசவு தொழில் செய்து வந்தார். கணவர் முருகப்பா அஞ்சலையம்மாள் அவர்களின் விடுதலை உணர்வை மதித்து,அஞ்சலையம்மாளின் விடுதலைப் போராட்டத்திற்கு உறுதுணையாக கடலூரிலேயே தங்கினார். அவரும் பல்வேறு போராட்டங்களில் பங்கேற்று பலமுறை சிறைக்குச் சென்றுள்ளார். கணவர் முருகப்படையாட்சி 1932ஆம் ஆண்டு கடலூர் சிறையில் அடைக்கப்பட்டபோது அவருக்கு வயது 56, தொழில் நெசவு என்று சிறைப் பதிவேடுகளில் பதிவு செய்யப்பட்டுள்ளது. நெசவுத் தொழிலையே முதன்மையான தொழிலாக செய்து வந்த அஞ்சலையம்மாளும் அவர் கணவர்

முருகப்ப படையாட்சியும், பின்னர் கட்சிப் பணி செய்வதற்காக சென்னை சைதாப்பேட்டையில் தங்கி தறி நெசவு நெய்து, நீண்டநாள் கட்சிப் பணியாற்றினர். அவர்கள் இருவரும் தந்தை பெரியாரோடு சென்று பல சிற்றூர்களில் நெசவு செய்த கைத்தறி துணிகளை விற்றுள்ளனர். அவர்களுக்கு அம்மாப்பொண்ணு என்ற மகளும், ஜெயில் வீரன் என்ற மகனும் இருந்தனர். இன்றும் அவர்களின் குடும்பம் மற்றும் பிள்ளைகள் கடலூரில் வாழ்கின்றனர். அவரின் பேத்தி ரேவதி கடலூரில் ஆசிரியராகப் பணிபுரிகிறார். 2022, செப்டம்பர் மாதம் 28,29 &30 தேதிகளில் நடந்த அகில இந்திய ஜனநாயக மாநில மாநாட்டில், கடலூர் அஞ்சலையம்மாளின் பேத்தி அழைக்கப்பட்டு கௌரவிக்கப்பட்டார்.

**தென்னாட்டில் விடுதலைக் களத்தில் இறங்கிய முதல் பெண்**

கடலூர் அஞ்சலையம்மாளை நீங்கள் சும்மா மதிப்பிட்டுவிடக்கூடாது. அவர் தனியாக சுதந்திரத் தீயில் குதிக்கவில்லை. அஞ்சலையம்மாள் தனது மொத்தக் குடும்பத்தையும் இழுத்துக்கொண்டு, சுதந்திரப் போராட்டத்தில் குதித்தவர். தென்னாட்டிலிருந்து விடுதலைப் போராட்டத்தில் ஈடுபட்ட முதல் பெண்மணி அஞ்சலையம்மாள் என்ற பெருமையும் அவருக்கு உண்டு. இவர் தன் கணவர் முருகப்பா, மகள் லீலாவதி என்ற அம்மாக்கண்ணு மற்றும் மருமகன் ஜமதக்கனி (சிறையில் கார்ல் மார்க்சின் 'தாஸ் கேபிடல்' புத்தகத்தை 'மூலதனம்' என்ற பெயரில் தமிழில் எழுதியவர்) என தன் குடும்பத்திலிருந்து நான்கு பேருடன் இந்திய விடுதலைக்குப் பங்காற்றியவர். அவரது கணவர் முருகப்பா பத்திரிகைத் துறையில் பணியாற்றிவர். அஞ்சலையம்மாளும் இவரது கணவர் முருகப்பாவும் நாட்டில் நடந்த அத்தனை போராட்டங்களிலும் கலந்துகொண்டனர்; விடுதலைப் போராட்டத்தில் ஈடுபட்டு பல முறை சிறை சென்றவர்கள். தனது குடும்பச் சொத்தாக இருந்த நிலத்தையும், வீட்டையும் விற்று இந்தியாவின் விடுதலைப் போராட்டத்திற்காக பணத்தை செலவு செய்தார். 1921ஆம் ஆண்டு காந்தியடிகள் ஒத்துழையாமை இயக்கத்தை தொடங்கியபோது, அஞ்சலையம்மாளும், தன் பொதுவாழ்க்கையைத் தொடங்கினார். ஒத்துழையாமை இயக்கத்தைத் தொடங்கிய போதே தனது 31வது வயதில் அஞ்சலையம்மாளும் சுதந்திரப் போராட்டத்தில் கலந்து கொண்டார். தென்னாற்காடு மாவட்டத்தைச் சேர்ந்த அஞ்சலையம்மாள் சுதந்திரப் போராட்டத்தில் ஈடுபட்டு தமிழகத்தின் பெருமையை வரலாற்றில் உயர்த்தியவர்.

கணவருடன் அஞ்சலையம்மாள்...

**நீல் சிலை அகற்றும் போராட்டத்தில் அஞ்சலையம்மாள்**

ஆங்கிலேய கர்னல் ஜார்ஜ் ஸ்மித் நீல் என்ற பிரிட்டிஷ் கொடுங்கோலன் இந்திய சிப்பாய்களுக்கும், மக்களுக்கும் இழைத்த கொடுமைகள் அளவில்லாதவை. 1857ஆம் ஆண்டு நடந்த முதல் இந்திய சுதந்திரப் போராட்டத்தில், இந்திய விடுதலைக்காக போராடிய பல்லாயிரக்கணக்கானவர்களைக் கொலை செய்ய காரணமாயிருந்தவர் நீலன் என்று அழைக்கப்பட்ட ஜார்ஜ் ஸ்மித் நீல். அந்த நீலன் சிலை சென்னையில் வைக்கப்பட்டு இருந்தது. அந்தச் சிலை, சென்னையில் இருப்பது அவமானம் என்று விடுதலைப்போராளிகள் கருதினர். 1927இல் அதன் பொருட்டு சுதந்திரப் போராட்ட வீரர்கள் நீல் சிலையை அகற்றுவதற்காக சோமயாஜுலு தலைமையில் போராட்டம் நடத்தினர். ஜமதக்கனி போன்ற பெரும் தலைவர்களும் இப்போராட்டத்தில் கலந்து கொண்டார்கள். நீலன் சிலை அகற்றும் போராட்டத்தில் அஞ்சலையம்மாள் தீவிரமாக பங்கேற்றார். அஞ்சலையம்மாள், தான் மட்டுமல்லாமல் தனது 9 வயது மகள் அம்மாக்கண்ணுவையும் போராட்டத்தில் கலந்துகொள்ள வைத்தார். தனது மகள் அம்மாக்கண்ணுவை தோளில் தூக்கிக்கொண்டு, அவர் கையில் சுத்தியலைக் கொடுத்து, நீலின் விரலை உடைக்கச் செய்தார் அஞ்சலையம்மாள். 1927இல் நீலன் சிலை அகற்றும் போராட்டம், 1937ல் உப்புக் காய்ச்சும் போராட்டம், 1933இல் மறியல் போராட்டம், 1940இல் தனிநபர் அறப்போராட்டம் மற்றும் வெள்ளையனே வெளியேறு இயக்கம் போன்ற காங்கிரஸ் பேரியக்கத்தின் பல்வேறு போராட்டங்களிலும் ஈடுபட்டு பல ஆண்டுகள் சிறையில் அடைபட்டு, அப்போதைய ஆங்கிலேய அரசின் அனைத்துக் கொடுமைகளையும் அனுபவித்தவர்

அஞ்சலையம்மாள். அஞ்சலையம்மாளின் வாழ்க்கையின் பெரும்பகுதி சிறைக் கொட்டடியிலேயிய கழிந்தது என்றே கூறவேண்டும். அஞ்சலையம்மாள், சென்னையில் தடை விதிக்கப்பட்ட காங்கிரஸ் மாநாட்டுக்கும் தலைமை தாங்கிப் பெண் படையுடன் கைதானவர்.

**நீல் சிலை உடைக்கும் போராட்டமும், அஞ்சலையம்மாள் கைதும்**

நீல் சிலை உடைக்கும் போராட்டத்தின்போது அஞ்சலையம்மாள் கைது செய்யப்பட்டு ஓர் ஆண்டு கடுங்காவல் சிறைத் தண்டனை விதிக்கப்பட்டார். அவரது மகள் ஒன்பது வயதுச் சிறுமி அம்மாக்கண்ணு நான்கு ஆண்டுகள் சென்னையில் உள்ள சிறுமியர் காப்பகத்தில் இருக்க வேண்டும் என்றும் விதிக்கப்படடது. அஞ்சலையம்மாளின் கணவர் முருகப்ப படையாட்சியும் நீல் சிலையை அகற்றும் போராட்டத்தில் கலந்துகொண்டார். இவரும் கைது செய்யப்பட்டு ஓராண்டு சிறைத் தண்டனை விதிக்கப்பட்டார். கர்ம வீரர் காமராசரும் இந்தப் போராட்டத்தில் பங்கேற்றார் என்ற செய்தியும், மேலும் காமராசர், காந்தியடிகளிடம் 1927ஆம் ஆண்டு ஆதரவு கேட்டார் என்ற செய்தியும் உள்ளது.

**அஞ்சலையம்மாள் மகளுக்கு லீலாவதி என்று பெயர் சூட்டிய காந்தியடிகள்**

அஞ்சலையம்மாள், தன் 9 வயது மகள் அம்மாக்கண்ணுவையும், நீல் சிலை உடைப்புப் போராட்டத்தில் ஈடுபடுத்தி அக்குழந்தையுடன் சிறைக்குச் சென்று, தனது ஒன்பது வயதுக் குழந்தையை சிறையிலேயே வளர்த்தார். இதனைக் கேள்வியுற்ற காந்தியடிகள், சிறையில் இருந்த அம்மாக்கண்ணு, அஞ்சலையம்மாள் இருவரையும் சிறைக்கு சென்று பார்வையிட்டுள்ளார். சிறையைக் கண்டு அஞ்சாதவராய் தன் மகளை வளர்த்தார். காந்தியடிகளின் மனம் கவர்ந்தவராக அம்மாக்கண்ணு மாறினார். காந்தியடிகள் தமிழகம் வரும்போதெல்லாம் அம்மாக்கண்ணுவைப் பார்க்க விரும்புவார். காந்தியடிகள், அம்மாக்கண்ணு என்ற பெயரை லீலாவதி என்று மறுபெயரிட்டு தன்னுடன் வார்தா ஆசிரமத்திற்கு அழைத்துச் சென்றார்.

1930ஆம் ஆண்டு நடைபெற்ற உப்புச் சத்தியாக்கிரகத்தின்போது காவல்துறையால் தாக்கப்பட்டு அஞ்சலையம்மாள் கடுமையாகக் காயமடைந்தார்.

### அனைத்து தமிழக சிறைக்கதவுகளின் உள்ளேயும் அஞ்சலையம்மாள்

அஞ்சலையம்மாள் ஊர் சுற்றிப் பார்க்க பல ஊர்களுக்குச் சென்றதில்லை. ஆனால் தமிழகத்தில் உள்ள அனைத்து ஊர்களின் சிறையிலும் அஞ்சலையம்மாளின் பாதம் நடந்திருக்கிறது; ஓடியிருக்கிறது; உடல் தரையில் கிடந்திருக்கிறது. அனைத்து சிறைகளின் வாசத்தையும் கொடுமையையும் உணர்ந்து அனுபவித்து வாழ்ந்தவர் அஞ்சலையம்மாள். நாம் இன்று அனுபவிக்கும் இந்திய சுதந்திரத்தில் கடலூர் அஞ்சலையம்மாளின் தியாகத்தின் வரிகளும் வலிகளும் வரலாறும் சிறைவாசமும் பொதிந்தே உள்ளது. பல ஊர்களில் சிறை வைக்கப்பட்டிருக்கிறார். அஞ்சலையம்மாள் சிறையில் அடைக்கப்பட்ட ஊர்கள், கடலூர், திருச்சி, வேலூர், பெல்லாரி மற்றும் கண்ணனூர் ஆகும். அனைத்து சிறைகளிலும் வாழ்க்கை நடத்தியவர். சில சமயங்களில் குழந்தையோடும், கருவுற்ற பெண்ணாகவும்.

### ஜெயில் வீரன் பிறப்பு

சுதந்திரப் போராட்ட வரலாற்றில் எட்டு முறை கடுங்காவல் தண்டனை விதிக்கப்பட்டவர் தியாகி கடலூர் அஞ்சலையம்மாள். இவர் 1932ஆம் ஆண்டு, ஜனவரி 10-ஆம் தேதி, கடலூரில் உப்பு எடுக்கும் போராட்டத்தில் ஈடுபட்டார். அதற்காக அவருக்கு 6 மாதக் கடுங்காவல் தண்டனை விதிக்கப்பட்டது; வேலூர் மகளிர் சிறையில் அடைக்கப்பட்டார். அப்போது அவர் 6 மாத கர்ப்பிணியாக இருந்தார். அங்கு வேலூர் பெண்கள் சிறையில் 727 ஆம் எண் கைதியாக அஞ்சலையம்மாள் இருந்தார். பின்னர் அவர் நிறைமாதக் கர்ப்பிணியானதும், சிறையிலேயே குழந்தை பிறந்துவிடுமென்பதால், அவரை ஜெயில் நிர்வாகம் பரோலில் குழந்தைப் பேறுக்காக வெளியில் அனுப்பியது. பரோலில் வந்த அஞ்சலையம்மாளுக்கு ஓர் ஆண் குழந்தை பிறந்தது. சிறையில் இருந்து வந்தவுடன் குழந்தை பிறந்ததால் அந்தக் குழந்தைக்கு 'ஜெயில் வீரன்' என்று பெயர் சூட்டினார். அதன்பின் 15 நாட்கள் கைக்குழந்தையுடன் மீண்டும் சிறைக்குச் சென்றார். கைக் குழந்தையோடு சிறைவாசத்தை ஏற்ற அவரின் உறுதியைக்கண்டு சிறைப் பொறுப்பாளர்களே ஆச்சரியப்பட்டு இருப்பார்கள். அப்போது எஞ்சிய இரண்டு மாதத் தண்டனையை அனுபவித்தார். ஆனால் சிறையில் குழந்தை பிறந்ததற்கான எவ்வித ஆவணமும் இல்லை. அப்போது பிறந்தவர்தான் ஜெயில் வீரன். குழந்தை பிறந்த பிறகு மீண்டும் சிறையில் அடைத்தனர்.

வேலுநாச்சியார்

அஞ்சலையம்மாள்

அம்புஜம்மாள்

**கள்ளுக்கடை மறியல் போராட்டம்**

காந்தியடிகளின் மது ஒழிப்புக்கு எதிரான கொள்கைக்கு ஆதரவாக பொதுமக்களைத் திரட்டி, 1932ஆம் ஆண்டு கள்ளுக்கடை மறியல் போராட்டத்தை அஞ்சலையம்மாள் நடத்தினார், இதனால் அவருக்கு 9 மாதம் கடுங்காவல் தண்டனையை விதித்து தீர்ப்பளித்தது நீதிமன்றம். அப்போது அவர் பெல்லாரி சிறையில் அடைக்கப்பட்டார்.

**அந்நியத் துணி எதிர்ப்புப் போராட்டம்**

அந்நியத் துணி எதிர்ப்புப் போராட்டத்தில் கலந்துகொண்ட அஞ்சலையம்மாளுக்கு 1933ஆம் ஆண்டில் 3 மாத தண்டனை விதிக்கப்பட்டது.

**காந்தியடிகள் சந்திப்பு பர்தாவுடன்**

1934ஆம் ஆண்டு ஒரு முறை காந்தியடிகள் கடலூருக்கு வந்திருந்தார். அப்போது கடலூரில் ஒருமுறை அஞ்சலையம்மாளைச் சந்திக்க விரும்பினார். அவரைச் சந்திப்பதற்கு ஆங்கிலேய அரசாங்கம் தடை விதித்திருந்தனர். காந்தியடிகளை பார்த்தே ஆக வேண்டும் என்ற நோக்கத்தில் அஞ்சலையம்மாள், பர்தா போட்டு மாறு வேடமணிந்து, சாரட் வண்டியில் சென்றார். அங்கிருந்து காந்தியடிகளை சாரட் வண்டியிலேற்றி, தன் வீட்டிற்கு ஏற்றிச்சென்று விருந்தளித்தார். அஞ்சலையம்மாளின் தைரியத்தையும், வீரத்தையும் கண்டு வியந்த காந்தியடிகள், அஞ்சலையம்மாளை “தென்னிந்தியாவின் ஜான்சிராணி’ என்றழைத்தார்; பாராட்டினார்.

**தனி நபர் சத்தியாகிரகம்**

அஞ்சலையம்மாள் 1940ஆம் ஆண்டு தனி நபர் சத்தியாகிரகத்தில் ஈடுபட்டு முதலில் 6 மாதம் கடலூர் சிறையிலும் பின்பு 18

மாதங்கள் வேலூர் சிறையிலும், பின்பு 8 மாதங்கள் 2 வாரங்கள் பெல்லாரி சிறையிலும், அதன் பின்னர் கண்ணனூர் சிறையில் 6 மாதங்கள் அஞ்சாது இருந்தார். மொத்தம் 4 வருடங்கள், 5 மாதங்கள் அவரது வாழ்க்கை சிறையில் கழிந்தது. இவரும் பத்மாசனி அம்மாளும்தான் சத்தியாகிரகத்தில் முதலில் சிறைபுகுந்த பெண்கள் என்ற சிறப்புக்குரியவர்கள் ஆவார்கள்.

**பேச்சாளர் அஞ்சலையம்மாள்**

அஞ்சலையம்மாள் மிகவும் திறமையான பேச்சாற்றல் கொண்டவர். இவரது பேச்சைக் கேட்பதற்காகவே பலர் திரண்டு வந்திருக்கின்றனர். நாடெங்கும் வெள்ளையனே வெளியேறு இயக்கம் நடைபெற்ற பொழுது,அனல் பறக்கும் பேச்சால் சென்னை உட்படப் பல நகரங்களுக்கும் சென்று தனது இந்திய காங்கிரஸ் இயக்கத்தின் வளர்ச்சிக்கு உதவினார். இவரது பேச்சால் மக்களைக் கவர்ந்தவர். அஞ்சலையம்மாள், பன்மொழி வித்தகர். இவர் ஆங்கிலத்தில் நன்கு பேசுவார். மேலும் தமிழ், தெலுங்கு, கன்னடம் மற்றும் மலையாளம் என 5 மொழிகளில் சரளமாக பேசக்கூடிய திறமை மிக்கவர். பல போராட்டங்களை முன்னின்று நடத்தியிருக்கிறார். தான் ஒரு திறமையான ஆளுமை என்பதையும் நிரூபித்திருக்கிறார்.

1931ஆம் ஆண்டு நடைபெற்ற அனைத்திந்திய மகளிர் காங்கிரசு கூட்டத்திற்கு, அஞ்சலையம்மாள் தலைமை ஏற்று சிறப்பாக நடத்திக் காண்பித்துள்ளார்

**காங்கிரஸ் தொண்டர் அஞ்சலையம்மாள்**

எப்பொழுதும் காங்கிரஸ் தொண்டர்களால் நிறைந்திருக்கும் அஞ்சலையம்மாளின் வீடு. வருகிறவர்களுக்கெல்லாம் தன்னால் முடிந்த உணவைக் கொடுத்து உபசரிப்பார். கடனை அடைக்க முடியாமல் வீடு ஏலத்திற்கு வந்தது; நல்ல உள்ளம் கொண்ட சிலர் வீட்டை மீட்டுத் தந்துள்ளனர்.

**மகள் திருமணம்**

காரல் மார்க்ஸ் எழுதிய ‘தாஸ் காபிடல்’ என்ற நூலை, ‘மூலதனம்’ என்ற பெயரில் சிறையில் மொழியாக்கம் செய்தவர் ஜமதக்கனி ஆவார். இவர் பன்மொழிப்புலவர். இவர் கடலூர் சிறையில் இருந்தபோது லீலாவதி தன் பெற்றோரைக் காண அங்கு வருவார். அப்போது பன்மொழிப் புலவர் ஜமதக்கனியை லீலாவதி காண நேர்ந்தது. இருவருக்கும் காதல் மலர்ந்தது. இதற்கு

அஞ்சலையம்மாளும் அவரது கணவர் முருகப்பாவும் ஒப்புதல் அளித்தனர். இருப்பினும் ஐமதக்கனி இந்தியா சுதந்திரம் பெற்ற பிறகுதான் திருமணம் என்றார். அதன்படி சுதந்திரத்திற்குப் பிறகே இவர்கள் திருமணம் நடைபெற்றது. இவ்வாறு குடும்பமே சுதந்திரப் போராட்டத்தில் கலந்துகொண்டது அஞ்சலையம்மாள் குடும்பமாகத்தான் இருக்க முடியும்.

**சட்டமன்ற உறுப்பினராக**

1929ஆம்ஆண்டு நடந்த சென்னை சட்டசபைத் தேர்தலில் இவர் கடலூர் தொகுதியிலிருந்து தேர்ந்தெடுக்கப்பட்டார். பின்னர், 1937 மற்றும் 1946ஆம் ஆண்டு என கடலூரிலிருந்து சட்டமன்றத்துக்கு தேர்ந்தெடுக்கப்பட்டார். மக்களுக்காகப் பணியாற்றியிருக்கிறார். 1952ஆம் ஆண்டு நடந்த பொதுத் தேர்தலிலும் இவர் கடலூரிலிருந்து போட்டியிட்டு வெற்றி பெற்றார். 1947 இல் இந்தியா விடுதலை அடைந்த பின்னர், அஞ்சலையம்மாள் மூன்று முறை தமிழகத்தின் சட்டமன்ற உறுப்பினராக தேர்ந்தெடுக்கப்பட்டார்

**அஞ்சலை வாய்க்கால்**

அஞ்சலையம்மாள் சட்டமன்ற உறுப்பினராக இருந்தபோது, பண்ருட்டியைச் சுற்றியுள்ள கிராமங்களில் குடிநீர் கிடைக்காமல் மக்கள் அவதிப்பட்டுக்கொண்டிருந்தனர். அஞ்சலையம்மாள் வீராணம் ஏரியிலிருந்து புவனகிரிக்குப் பாசனநீர் செல்லும் வாய்க்காலில் இருந்து ஒரு வாய்க்காலை தீர்த்தாம்பாளையம் நோக்கித் திருப்பிவிட ஏற்பாடு செய்தார். இதனால் அங்கு தண்ணீர்ப் பிரச்சினை தீர்ந்தது. இது இப்போதும்கூட அஞ்சலை வாய்க்கால் என்று அவர் பெயரிலேயே அழைக்கப்படுகிறது.

**சட்ட மன்ற அவைக்குறிப்பு**

அஞ்சலையம்மாள் அவர்கள் 1946ஆம் ஆண்டு மே திங்கள் 24ஆம் நாள் அன்று சட்டமன்றத்தில் ஆற்றிய உரை அவைக்குறிப்புகளில் கீழ்க்கண்டவாறு பதிவு செய்யப்பட்டுள்ளது.

"அன்னியத் துணிகளை எதிர்க்க மகாத்மா காந்தியடிகள் கதர் கொண்டு வந்தார். இதை நாம் பலப்படுத்திட பஞ்சு வெளியில் போக விடாமல் கிராமங்களிலேயே வைத்து நூற்க வேண்டுமென்று அரசாங்கமே சட்டம் இயற்றிவிட்டால் துணிப் பஞ்சமின்றி கவுரவமாய் இருப்போம். கிராமத்தில் பயிரிடுவோர் காலையில் எழுந்து வயலுக்குப் போய்விடுவார்கள். காலை 10 மணிக்கு சோறு கொண்டு போவார்கள், அதைச் சாப்பிட்டுவிட்டு மாலை

5 மணிக்கு வீட்டிற்கு திரும்ப வருவார்கள். நாம் மூன்று வேளை சாப்பிட்டுவிட்டு மருத்துவரிடம் செல்கிறோம். அவர்களுக்கு உணவில்லை, துணியில்லை. இங்கே ஒரு கோட்டுக்கு இரண்டு கோட்டு போட்டுக்கொண்டிருக்கிறார்கள். ஏழைகளுக்கு வேண்டிய துணியைக் கொடுக்கவேண்டுமென்று கேட்டுக் கொள்கிறேன்" (சட்டமன்ற அவைக்குறிப்பு தொகுதி-1, பக்.317, மே,ஜூன்-1946) ஏழை, பணக்காரர் நிலையை ஒப்பிட்டுப் பேசியது அவரின் பொது உடைமைச் சிந்தனையை வெளிப்படுத்துகிறது.

அன்றைய தென்னார்க்காடு மாவட்டக் கழக உறுப்பினராகவும் அஞ்சலையம்மாள் பணியாற்றியுள்ளார். அப்போது அவரின் முயற்சியால் X-கதிர் கருவி கடலூர் அரசு மருத்துவமனைக்கு கொண்டுவரப்பட்டுள்ளது.

**விழிப்புணர்வுப் பரப்புரை**

நரம்பு சிலந்தி என்ற ஒரு நோயினால் பண்ருட்டியைச் சுற்றி உள்ள சிற்றூர்களில் தரமான குடிநீர் கிடைக்காமல் மக்களுக்கு பாதிப்பு ஏற்பட்டுள்ளது. அஞ்சலையம்மாள் அத்தகைய சிற்றூர்களில் விழிப்புணர்வுப் பரப்புரை செய்தார்.

மகாத்மா காந்தி சுட்டுக்கொல்லப்பட்ட செய்தி அறிந்து மயக்கமுற்றார் அஞ்சலையம்மாள். பிறகு கண்விழித்தபோது தன் கணவரிடம், "ஏங்க, இனி நான் அரசியலில் தொடரமாட்டேன். காந்தி சொன்னபடி கிராமங்களுக்குப் போலாமுங்க "என்று கூறி, கடலூரிலிருந்து 30 மைல் தொலைவிலுள்ள சி.முட்லூர் கிராமத்திற்குச் சென்றார். அங்கு தனது இன்னொரு மகன் காந்தியின் வீட்டுக்குச் சென்று அங்கிருந்து சேவையை தொடர்ந்தார்.

1947இல் இந்தியா விடுதலை அடைந்த பின்னர், அஞ்சலையம்மாள் மூன்று முறை தமிழகத்தின் சட்டமன்ற உறுப்பினராக தேர்ந்தெடுக்கப்பட்டார். நாட்டுக்காகப் பாடுபட்ட தனக்கு தியாகி ஓய்வூதியம் வேண்டாம் என மறுத்தவர் அஞ்சலையம்மாள். 1961ஆம் ஆண்டு, பிப்ரவரி மாதம் 20ஆம் நாள் அஞ்சலையம்மாள் சீ-மூட்லூர் பகுதியில் 71 வயதில் காலமானார்.

**அஞ்சலையம்மாள் மகன் ஜெயில்வீரன்**

1933ஆம் ஆண்டில் மீண்டும் அந்நியத் துணி எதிர்ப்புப் போராட்டத்தில் கலந்துகொண்ட அஞ்சலையம்மாளுக்கு 3 மாத சிறைத் தண்டனை விதிக்கப்பட்டது. அப்போது கைக்குழந்தையாக இருந்த ஜெயில் வீரனுடன்தான் வேலூர் சிறைக்குச் சென்றார். சிறு

பருவத்திலேயே விடுதலைப் போராட்டத்துக்காக தாயுடன் இரு முறை சிறை சென்ற 'ஜெயில் வீரன்' பின்னாளில் தியாகிகள் உதவித்தொகை கேட்டு விண்ணப்பித்தார். ஆனால் அவர் ஜெயிலில் உரிய ஆவணங்கள் இல்லை என்று கூறி 'ஜெயில் வீரன்' எனும் ஜெயவீரனுக்கு தியாகிகள் உதவித்தொகைத் தர அரசு அதிகாரிகள் மறுத்துவிட்டனர். அவர் தனது 91 வயதில் கடலூரில் காலமானார்.

*Ref:*

1. *https://ta.wikipedia.*
2. *https://historyulagam.com/kadaloor-anjalai-ammal-history-in-tamil html*
3. *https://www.vikatan.com/oddities/women/84931-article-about-indian-free-dom-fighter-anjalai-ammal*
4. *https://tamilmanadu.com/cuddalore-anjalai-ammal-history-in-tamil/*
5. *https://tamil.news18.com/news/tamil-nadu/cuddalore-district-cuddalore-freedom-fighter-jhansi-rani-of-south-india-anjalai-ammal-mur-533717.html*
6. *https://www.tnpscshouters.com/2021/10/cuddalore-anjalayammal.html*

--------------------

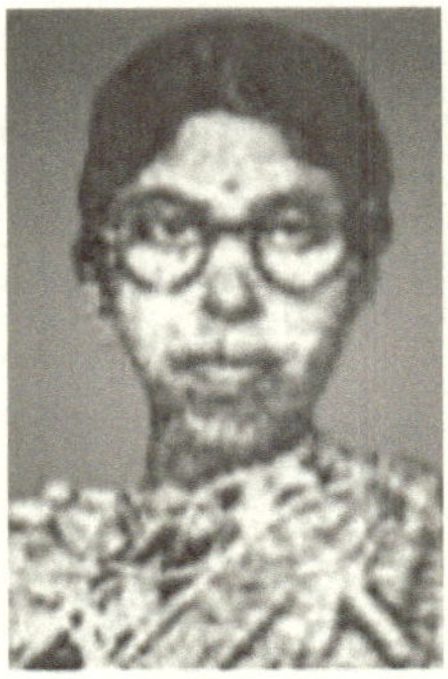

7

# விடுதலைப் போராட்ட தியாகி நம்ம மதுரைக்கார சொர்ணத்தம்மாள்

“**ச**ரித்திரம் என்பது வெற்றி பெற்றவர்களாலேயே எழுதப்படுகிறது”.

**இந்தியா ஆங்கிலேயர் வசம்...**

**வா**ஸ்கோடகாமா 1498ஆம் ஆண்டில் கடல் வழியே இந்தியாவுக்கு வந்தார். இதனால் இந்திய ஐரோப்பிய வாணிகம் வளர்ச்சியடைந்தது டச்சு மற்றும் ஆங்கிலேய வாணிக முகாம்களை சூரத்தின் வடக்கு கரையோரத்தில் நிறுவினர். 1619ஆம் ஆண்டில் பிரெஞ்சுக்காரர்களும் பின்னர் வந்தனர். அவர்களிடையே நடந்த போர்களும், குழப்பங்களும் ஐரோப்பியர் தேடிக்கொண்டிருந்த நுழைவுக்கு வாயிலாக அமைந்தன. இதன் மூலம் அவர்கள் அரசியல் ஆதிக்கத்தையும் செலுத்த ஆரம்பித்தனர். எல்லா ஐரோப்பியா நாடுகளும் தங்களிடம் இருந்த பகுதிகளை ஆங்கிலேயரிடம் நாளடைவில், 19ம் நூற்றாண்டில் இழந்தனர்.

**விடுதலைப்போரில் பெண்கள்**

தமிழகத்தில் 17ம் நூற்றாண்டில் தோன்றிய ஆங்கிலேயக் கம்பெனியின் ஆதிக்கம் படிப்படியாக அதிகரித்தது. 19ஆம் நூற்றாண்டின் துவக்கத்தில் சில பகுதிகளைத் தவிர ஒட்டுமொத்த தமிழகமும் கிழக்கிந்திய கம்பெனியின் கட்டுப்பாட்டின்கீழ் வந்தது. 1947ஆம் ஆண்டில் இந்தியா விடுதலை பெறும் வரை, தமிழகம் ஆங்கிலேயரின் ஆட்சியின் வசமே இருந்தது. ஆங்கிலேயர்களை எதிர்த்து அவர்கள் வெளியேற, ஆண்கள் மட்டுமின்றி இந்தியா முழுமைக்கும் பெண்களும் இணைந்தே போராடினர். போராடி சிறைக்கும் சென்றனர். தமிழகப் பெண்களும் போராடி சிறைக் கொட்டடியில் வாழ்ந்தனர். ஆனால் அவர்களை பற்றிய பதிவு இந்திய வரலாற்றில் மிகக் குறைவாகவே உள்ளது.

## 'இந்தியன்' திரைப்படம் - மதுரைக்கார சொர்ணத்தம்மாள்

இயக்குநர் சங்கரின் 'இந்தியன்' திரைப்படத்தில் ஒரு காட்சி. சுதந்திரப் போராட்டத்தில் ஈடுபட்ட சுகன்யா (நடிகை) உள்ளிட்ட சில பெண்களை ஆங்கிலேய போலீசார் கைது செய்து, அவர்களின் ஆடைகளைக் குறைத்து ஊருக்கு வெளியே இருட்டான பகுதியில் விடுவார்கள். இது திரையில் படம் பார்ப்பவர்களை பதறவைத்த காட்சி. ஆனால் இந்தக் காட்சியின் ஒரிஜினல் ஹீரோயின் மதுரைக்கார சொர்ணத்தம்மாள் என்பது மதுரைவாசிகளுக்குக்கூட தெரியாது. சொர்ணத்தம்மாளை அவர்கள் அறிந்திருக்கவில்லை என்பதே உண்மை.

## காந்தியடிகளின் வெள்ளையனே வெளியேறு இயக்கம்

மதுரை மாவட்ட சுதந்திரப் போராட்ட வீரர்கள், சுதந்திர போராட்டத்தின்போது துணிச்சலின் சிகரமாகத் திகழ்ந்தனர். சொர்ணத்தம்மாள் அந்நியத் துணிகளை மிதித்து, கடைகளின்முன் மறியல் செய்ததற்காக கைது செய்யப்பட்டார். 1942-ஆம் ஆண்டு காந்தியடிகள் வெள்ளையனே வெளியேறு இயக்கத்தைத் துவங்கினார். இதன் மூலம், அவரது வேண்டுகோளான, 'செய் அல்லது செத்து மடி" என்பதை உணர்வாககொண்டு, மதுரை புறநகர்ப் பகுதியில் தெருத் தெருவாக இறங்கி மக்களிடையே சுதந்திரத் தீயை மூட்டினார் மதுரைக்கார சொர்ணத்தம்மாள். ஒவ்வொரு நாளும் கைது செய்யப்படுவதும், பின்னர் ஜெயிலில் வைக்கப்படுவதும், பின் விடுவிக்கப்படுவதும் என வாடிக்கையான, தொடர் நடவடிக்கையாக இருந்தது.

## ஆண்களுக்கு நிகராகப் போராடிய சொர்ணத்தம்மாள்

நம் நாட்டு விடுதலைப் போராட்டத்தில் பங்கேற்று ஆண்களுக்கு நிகராக அதிகமாக போராடியவர் திருமிகு சொர்ணத்தம்மாள். இவர் போராட்டத்தின்போது, அடி உதையோடு பெண் என்பதால் அதிகமான அவமானங்களையும் சந்தித்தார். போலீசார் லத்தியால் அடித்ததால் அவரின் செவிமடல் கிழிந்தது; காது கேட்கும் திறனை இழந்தது. நாம் அனைவரும் கட்டாயம் தெரிந்துகொள்ள வேண்டிய தமிழகத்தின் விடுதலைப் போராளிகளில் மதுரைக்கார சொர்ணத்தம்மாளும் ஒருவர். இவர் மதுரையில் கைத்தறி நெசவுத்தொழில் செய்தவர்.

### யார் இந்த சொர்ணத்தம்மாள்

மதுரை கடச்சனேந்தலில் வாழ்ந்தவர் சொர்ணத்தம்மாள். விடுதலைப் போரில் பெரும்பாலும் ஆண்கள் மட்டுமே அனுபவித்துக் கொண்டிருந்த அடி, உதை, சிறைவாசம், சித்ரவதை ஆகியவற்றை சொர்ணத்தம்மாளும் அனுபவித்தவர். சுதந்திரப் போராட்ட தியாகி மதுரை எஸ். ஆர்.என்.சேஷ பாகவதரின் மனைவிதான் சொர்ணத்தம்மாள். சேஷபாகவதர் உறுதிமிக்க தேசியவாதி. இவரது கோஷமும், வீர முழக்கமும் கம்பீரம் நிறைந்ததாகும். சேஷபாகவதர் 1930ஆம் ஆண்டு நடந்த கள்ளுக்கடை மறியலிலும், 1940ஆம் ஆண்டு நிகழ்ந்த அந்நியத் துணி பகிஷ்கரிப்பிலும், 1941ஆம் ஆண்டு நடைபெற்ற தனி நபர் சத்தியாக்கிரகத்திலும் பங்கேற்று சிறையில் வாடி வதங்கி, வேதனை நிறைந்த வாழ்க்கையை அனுபவித்தவர். 1942ஆம் ஆண்டு காந்தியடிகள் நடத்திய வெள்ளையனே வெளியேறு இயக்கத்திலும் பங்கேற்று சிறை சென்றவர். அவர் கைத்தறி நெசவுக் கம்பெனியில் வேலை பார்த்தார். சொர்ணத்தம்மாள், தன் கணவர் பணி புரியும் கம்பெனியில் தானும் வேலை பார்த்ததோடு, கணவரின் சுதந்திரப் போராட்ட உணர்வு சொர்ணத்தம்மாளையும் தீயாய் பற்றியது. சுதந்திர உணர்வு தொற்றிக்கொண்டது. சொர்ணத்தம்மாளும் சுதந்திரப் போராட்ட ஜோதியில் கலந்தார். அப்பொழுது அவருக்கு வயது 26 மட்டுமே.

### வந்தே மாதரம் குரலும், கைதான சொர்ணத்தம்மாளும்

நமது தேசம் சுதந்திரம் அடைய மகாத்மா காந்தி எடுத்த கடைசி ஆயுதம் தான் ‘வெள்ளையனே வெளியேறு’ இயக்கம். இது தொடங்கிய உடனேயே இந்தியாவின் மூலை முடுக்கெங்கும் பற்றிக்கொண்டு பரவியது. 1942-ஆம் ஆண்டில், தென் மாவட்டங்கள் முழுக்க சுதந்திரப் போராட்டப் புயல் வீசியது. 1930-களில் இருந்து சுதந்திரப் போராட்டத்தில் ஈடுபாடு கொண்ட கே.பி. ஜானகியம்மாள், கேப்டன் லெட்சுமி, ருக்மணி லெட்சுமிபதி, அம்மு சுவாமிநாதன், அம்புஜம்மாள், மீனா கிருஷ்ணசாமி, என்.

எஸ். ருக்மணியம்மாள், நாகம்மையார் மற்றும் பத்மாசினி அம்மையார் ஆகியோர் மிகப்பெரிய சமூக, கல்வி, ஜாதி மறும் பொருளாதாரப் பின்புலம் கொண்டவர்களாய் இருந்தனர். ஆனால் மதுரை சொர்ணத்தம்மாள் தினசரி கூலி வேலை செயயும் சாதாரணக் குடும்பம். அப்போதெல்லாம் கதர் சட்டை, வேட்டிசேலை அணிந்தாலே போலீசார் லத்தியைக்கொண்டு சுழற்றி அடித்து துவைப்பார்கள் வந்தே மாதரம் என்று முணுமுணுத்தால் லத்தியால் அடித்து நொறுக்கி காவல் நிலையத்துக்கு இழுத்துச் சென்று விடுவார்கள். 1930ஆம் ஆண்டு முதல்முறையாக கணவருடன் மறியல் போராட்டத்திற்குச் சென்றார் சொர்ணத்தம்மாள். வந்தே மாதரம் எனக் கோஷமிட்டார். இவர் குரல் அங்கு வந்திருந்த கூட்டம் முழுமைக்கும் உச்சஸ்தாயியில் கேட்டது. கோஷமிட்ட சொர்ணத்தம்மாளை, போலீசார் கோபம்கொண்டு கைது செய்து ஒரு வாரம் சிறையில் அடைத்தனர்.

**சொர்ணத்தம்மாளின் தொடர் சிறை வாழ்க்கை**

சிறைவாழ்க்கை முடிந்து, பின்னர் விடுதலையாகி வெளியில் வந்த சொர்ணத்தம்மாள் சேஷ பாகவதர் ஜோடி, மீண்டும் 1940ஆம் ஆண்டில், அந்நியத் துணி பகிஷ்கரிப்பு மற்றும் மறியலில் ஈடுபட்டனர். அதனால் அவர்களை காவல்துறையினர் மீண்டும் கைது செய்து ஒரு மாதம் சிறையில் அடைத்தனர். மூன்றாவது முறையாக சொர்ணத்தம்மாள் மட்டும் கணவர் துணையின்றி மறியலில் ஈடுபட்டு கைது செய்யப்பட்டு மதுரையில் இருந்தார். பின்னர் அங்கிருந்து வேலூர் சிறைக்கு ஆறு மாதங்கள் மேலும்

அதிக சிறைத் தண்டனைக்காக மாற்றப்பட்டார். "இந்த தேசம் சுதந்திரம் அடைய வேண்டும். அதற்குரிய தருணம் இதுவே. நாம் தொடர்மறியலில் ஈடுபட வேண்டும். காந்தியடிகளின் உத்தரவே வேதவாக்கு" என்ற வெளிப்படையான, வீரமிக்க கொள்கை மட்டுமே சொர்ணத்தம்மாளின் எண்ணங்களிலும், செயல்களிலும் எப்போதும் நிறைந்திருந்தது. ஆறு மாத சிறைத் தண்டனை முடிந்து வெளியே வந்ததும், மீண்டும் தயாரானார் மறியலுக்கு.

"தியாகி சொர்ணத்தம்மாளுக்கு, தான் அணியும் கதர் சேலை என்பது சுதந்திரப் போராட்டத்தின் அடையாளம். அதை விடுதலை இந்தியாவின் கொடியாக மதித்தார். அதை அவர் பெருமையாகவும் சொல்லிக்கொள்வார். அதை அவமதிப்பதன் மூலம் சொர்ணத்தம்மாளை அடக்கிவிடலாம் என போலீசார் கருதினர்.. அதன் பின்னரே அவர்மீது போலீஸ் தாக்குதல் நிகழ்ந்தது.

நடந்த இந்த தகவல்களை அவரே தனது வாக்குமூலமாக சுமார் 25 ஆண்டுகளுக்கு முன்னர் (1997ல்), ஒரு பத்திரிகை பேட்டியில் தனது சுதந்திரப் போராட்ட வாழ்க்கை குறித்து சொர்ணத்தம்மாள் கூறினார்..

"அவர் என்னைத் திருமணம் செய்வதற்கு முன்னரே சுதந்திரப் போராட்டத்தில் ஈடுபட்டு ஜெயிலுக்குப் போய் வந்தார். அப்படி நான்கு முறை அவர் ஜெயிலுக்குப் போனார். நீங்கள் மட்டும் போகிறீர்கள். நான் ஜெயிலுக்குப் போகவேண்டாமா எனக் கேட்டேன். சிரித்துக்கொண்டே என்னையும் அழைத்துக்கொண்டு போராட்டத்துக்குப் போனார். அந்தக் காலத்தில் 'வந்தே மாதரம்' என்று சொன்னால் போலீஸ்காரர்கள் அடிப்பார்கள்.

நாங்கள் அப்போது மதுரை சௌராஷ்டிரா ஹைஸ்கூல் பின்புறம் உள்ள வாலண்டியர் சந்தில் குடியிருந்தோம். மறியலுக்குப் போனபோது அவரையும் என்னையும் கைது செய்து ஜெயிலில் அடைத்தார்கள். ஒரு வாரத்துக்குப் பிறகு விட்டுவிட்டார்கள். மீண்டும் மறியல் செய்தோம். மீண்டும் கைது செய்து மதுரை ஜெயிலில் ஒரு மாதம் அடைத்து விட்டார்கள். அவரும் நானும் மாறி மாறி சுதந்திரப் போராட்டத்தில் ஈடுபட்டு ஜெயிலுக்குப் போனோம்.

மூன்றாவது முறையாக மறியல் செய்தபோது என்னைக் கைது செய்து வேலூர் சிறையில் ஆறு மாதங்கள் சிறையில் அடைத்தனர். நான்காவது முறையாக மதுரை விளக்குத்தூண் பகுதியில் மறியல் செய்தபோது தீச்சட்டி கோவிந்தன் என்ற போலீஸ் அதிகாரி

என்னைக்கைது செய்து ஒன்றாம் நம்பர் போலீஸ் ஸ்டேஷனில் கொண்டுபோய் வைத்தார். சிறிது நேரத்தில் லட்சுமிபாய் அம்மாவையும் கைது செய்து கொண்டுவந்தனர்.

தீச்சட்டி கோவிந்தன் என் கதர் சேலையைச் சுட்டிக்காட்டி 'யார் வாங்கிக் கொடுத்தது?' உன்னை யார் மறியல் செய்யச் சொன்னது "எனக் கேட்டார் "யாரும் சொல்லல. வெள்ளைக்காரன் நம்ம நாட்டைவிட்டு வெளியேறவேண்டும். நமக்கு விடுதலை வேண்டும்" என்று சொன்னேன். தடியால் அடித்தார். இரவு 11 மணி வரை போலீஸ்காரர்கள் என்னை அடித்தனர்.

'உண்மையைச் சொல் உனக்கு சோறு போடுகிறோம்." என்றனர் "உங்கள் சாப்பாடு வேண்டாம் நாட்டுக்கு சுதந்திரம் வேண்டும்." என்றேன். நீ கட்டியிருக்கிற சேலையைக் கொடு எனச் சொல்லி அடித்தனர். தடியால் என் காதில் அடித்தபோது காது மடல் கிழிந்து ரத்தம் வந்தது. அன்றிலிருந்து எனக்கு காது சரியாகக் கேட்காது" என்று பேட்டி கொடுத்தார் சொர்ணத்தம்மாள்.

**காவல்துறை அடியால் காது கிழிந்த சொர்ணத்தம்மாள்**

ஒவ்வொரு சிறை விடுதலைக்குப் பின்னும், மீண்டும் மீண்டும் மறியலில் ஈடுபட்டுக் கைதாகும் சொர்ணத்தம்மாளைச் சமாளிக்க போலீஸ் நிர்வாகம் ரொம்பவே திணறியது. பெண் கைதி என்பதால் கைது, விசாரணை, சிறை என ஒவ்வொரு கட்டத்திலும் தனித்துவமான வசதியை ஏற்படுத்தித் தரவேண்டிய நிலையில் இருந்ததால், போலீஸ் சொர்ணத்தம்மாளை என்ன செய்வது என்று தெரியாமல் குழம்பியது காவல்துறை நிர்வாகம். அப்படி ஒரு முறை சொர்ணத்தம்மாள் கைதான பின்னர், இவரையும் இவருடன் போராட்டத்தில் ஈடுபடும் லட்சுமிபாய் அம்மையாரையும் மதுரை-விளக்குத்தூண் போலீஸ் ஸ்டேசனுக்கு, தீச்சட்டி கோவிந்தன் என்ற போலீஸ் அதிகாரி மூலம் அழைத்து வந்தனர். சற்று வேகமான விடுதலைக் கோஷமிட்ட சொர்ணத்தம்மாளை நோக்கி, போலீசார், "உன்னை மறியலில் ஈடுபடுத்தும் தலைவர் யார்? "என்று கேட்டு அடித்துத் துவைத்தனர். காலையிலிருந்து இரவு 10 மணி வரை தடியால், செருப்பால், பெல்ட்டால், கையால், காலால் என எவ்விதப் பாகுபாடும் இன்றி உடலின் எல்லா இடங்களிலும் போலீசார் அடித்துக்கொண்டேயிருந்தனர். எதற்கும் துளியும் அசரவில்லை சொர்ணத்தம்மாள். ஒரு கட்டத்தில் பெரிய தடியால் காதிலும் முகத்திலும் அடிக்க ஆரம்பித்தனர் போலீசார். வலி தாங்க மடியாமல் கதறினார் சொர்ணத்தம்மாள். அப்போதும் உண்மையை

போலீசிடம் சொல்லவில்லை. ஆனால் போலீசாரின் அடியால், அவரின் காது ஜவ்வு கிழிந்தது. அன்றிலிருந்து சொர்ணத்தம்மாளுக்கு ஒரு காது செவிடாகிப் போனது.

**சேலை உருவப்பட்ட சொர்ணத்தம்மாளும், லட்சுமிபாயும்,**

மற்றொரு முறை மறியல் நடத்தியதால், சொர்ணத்தம்மாளையும் லட்சுமியம்மாளையும் காவல் நிலையத்திற்கு அடித்து இழுத்துவந்தனர். மறியலைக் கைவிட மாட்டேன் என்று பிடிவாதமாகச் சொன்னதால், சொர்ணத்தம்மாள், லட்சுமிபாய் இருவரையும் உடுத்தியிருந்த கைத்தறி சேலைகளை உருவி கிட்டத்தட்ட முக்கால் நிர்வாணமாக்கினர். ஒரு கட்டத்தில் சேலையைப் பிடித்து இழுத்தனர். சொர்ணத்தம்மாள் அதைத் தடுத்ததோடு அவர்களிடமிருந்து தப்பிக்க முயற்சித்தார். அவரை பெல்ட்டாலும், லத்தியாலும், செருப்பாலும் அடித்தார்கள். அவர் அடிதாங்காமல் விழுந்ததும், அவர் அணிந்திருந்த கதர் சேலையை அவிழ்த்துவிட்டு நீளம் குறைந்த, ஆளுக்கொரு தாவணி போன்ற குட்டைச் சேலையை இருவரிடமும் கொடுத்து கட்டிக்கொள்ளச் சொன்னார்கள். அதனால் உடலை முழுமையாக மறைக்க முடியாது. குட்டை சேலை, அதை கட்டிக்கச் சொல்லி, பின் சொர்ணத்தம்மாளையும், லட்சுமிபாயையும் ஒரு காவல்துறை லாரியின் ஏற்றினர். லாரியில் டிரைவர் உட்பட பதிமூன்று காவல்காரர்கள் அதில் இருந்தனர். ஜெயிலில் அடைக்கப்போகிறோம் எனச் சொல்லியே சொர்ணத்தம்மாள் மற்றும் லட்சுமிபாய் இருவரையும் அழைத்துச் சென்றனர். ஆனால் அவர்கள் ஜெயிலுக்குப் போகவில்லை. போலீஸ் லாரி பல சந்துகள் பொந்துகள் மற்றும் இருட்டான பகுதி வழியாகச் சென்றது. பயம் மற்றும் துக்கம் தாங்காமல் லட்சுமிபாய் அழுதார். சொர்ணத்தம்மாளும் பயத்தில் உறைந்து போயிருந்தார். லாரி போய்கொண்டே இருந்தது.

**நடுக்காட்டில், நடுஇரவில் இறக்கிவிடப்பட்ட விடுதலைப் போராளிகள்**

லாரியின் டிரைவர், காவல்காரர் ஒருவரிடம் "எங்க நிறுத்துவது" என்று கேட்கிறார். அதற்கு அவர் "இன்னும் 15 மைல் போகட்டும்" என்று சொன்னபோது நேரம் இரவு மணி ஒன்று. ஒரு காட்டுக்குள் லாரி சென்றது. அங்கேயே லாரியை போலீஸ்காரர்கள் நிறுத்தினர்; நிறுத்தி சொர்ணத்தம்மாளையும், லட்சுமியம்மாளையும் இரு பெண்களையும், பெண்கள் என்றும் கூட பார்க்காமல், நட்ட நடுக்காட்டில் நள்ளிரவில் இறக்கி விடுகிறார்கள் காவல்துறையினர். அப்போது ஒரு காவல்காரர்

சொர்ணத்தம்மாளிடம், "சுயராஜ்யம் வேண்டும் சுயராஜ்யம் வேண்டும் எனக் கேட்டீர்களே .. இந்த பாதை வழியாக போ. சுயராஜ்யம் கிடைக்கும்," என்று கூறி இரண்டு பெண்களையும் இறக்கிவிட்டு, "ஊரை விட்டு ஓடிப்போய் எங்காவது பிழைத்துக் கொள்ளுங்கள்" எனக் கிண்டலடித்தார். மீண்டும் மதுரை எல்லைக்குள் வந்து மறியலில் ஈடுபடக்கூடாது என்று சொர்ணத்தம்மாள் மற்றும் லட்சுமிபாய் இருவரையும் எச்சரித்தும் அனுப்பினர். அதற்கும் சொர்ணத்தம்மாள், கொஞ்சமும் பயமின்றி "சுதந்திரத்துக்காக எந்தப் பாதையில் போகவேண்டும் என்று என்பது எங்களுக்குத் தெரியும். நீங்கள் போங்கள். உங்கள் வேலை முடிந்தது." என்றார். அதற்கும் கூட லத்தியால் செமத்தியாக அடி வாங்கினார் சொர்ணத்தம்மாள். காவலர்கள் அவர்களை நடுராத்திரியில் அநாதரவான இடத்தில் விட்டுவிட்டுப் புறட்பட்டு விட்டனர்.

**காப்பாற்றப்பட்ட சொர்ணத்தம்மாள் & லட்சுமிபாய்**

பின்னர் மனதில் சிறிதும் பயமின்றி, அரைகுறை ஆடையுடன் சொர்ணத்தம்மாள், லட்சுமிபாய் இருவரும் இருட்டில் நடக்க ஆரம்பித்தனர். அருகில் ஆள் நடமாட்டம் ஏதுமில்லை; வீடுகளும் இல்லை. கும்மிருட்டு. சுமார் ஒரு மைல் *(1.6 கி.மீ)* தூரம் சென்றதும், ஒரு பையனும் இரண்டு பெண்களும் அவர்கள் இருவரையும் பார்த்தனர். அவர்கள் சொர்ணத்தம்மாளிடம், "எங்கே போகிறீர்கள்?" என்று கேட்டார்கள். சொர்ணத்தம்மாள், இந்தக் காட்டுக்கு வந்த கதையை, விடுதலைப் போராட்டத்தால், தான் போலீசிடம் பட்ட அவலத்தை, கொடுமையைச் சொன்னார்கள். அதன் பின்னர், அவர்கள் சொர்ணத்தம்மாளையும், லட்சுமிபாயையும், ஒரு குடிசைக்கு அழைத்துச் சென்று, சாப்பிடச் சொன்னார்கள்.. படுக்கத் தலையணையும் பாயும் கொடுத்தார்கள். சொர்ணத்தம்மாளும் லட்சுமிபாயும் எதனையும் வாங்கவில்லை; "அவர்களிடம் ஒன்றும் வேண்டாம் எனக் கூறிவிட்டோம். எங்களுக்கு என்ன செய்வதென்றே தெரியவில்லை." என்று பின்னாளில் சொர்ணத்தம்மாள் சொன்னார். இருவரையும் ஏற்றி வந்த லாரி டிரைவர் கொஞ்சம் கருணை உள்ளம் கொண்டவர். அதனால் அவர், சொர்ணத்தம்மாளையும், லட்சுமி பாயையும் இறக்கிவிட்ட விஷயத்தை, மதுரை மாவட்ட காங்கிரஸ் தலைவர் முத்துக்கனித் தேவரிடம் போய் சொல்லியிருக்கிறார். அதன் பின்னர் முத்துக்கனித் தேவர், அவர் கட்சிக்காரர்கள் சிலரோடு, இரவோடு இரவாக அந்தக் காட்டுக்கு வந்து, சொர்ணத்தம்மாளையும்,லட்சுமிபாயையும் தேடிக்

கண்டுபிடித்து அழைத்துச் சென்றனர். அதன்பின்னர் மதுரை கீழ்பாலத்தில் இறங்கி வைகை ஆற்றில் குளித்துவிட்டு புதிய சேலையைக் கட்டிக்கொண்டனர். அங்கிருந்து குதிரை வண்டியில் மதுரை புதுமண்டபத்திற்கு உடன் வந்தவர்கள் கூட்டிச் சென்றார்கள். அங்கு போட்டோ கடை வைத்திருந்த ராமலிங்கம் என்பவர் அவர்களுக்கு சாப்பாடு வாங்கிக்கொடுத்தார். அவரும் சுதந்திரப் போராட்ட தியாகி. பிறகு நடந்தது குறித்த விஷயங்கள் மற்றவர்களுக்குத் தெரிய வந்தது.

**சொர்ணத்தம்மாள் வாக்குமூலம்**

“போலீசார் இப்படி என்னை அவமானப்படுத்திய பிறகு காங்கிரஸ் கூட்டத்தில் கலந்துகொள்வது இன்னும் அதிகரித்தது. மேடையில் காந்தி பாட்டு பாடுவேன். ஒரு முறை மதுரை ரேஸ் கோர்ஸ் மைதானத்தில் காந்திஜி பங்கேற்ற பொதுக்கூட்டத்தில் பெண்கள் பகுதியை ஒழுங்குபடுத்திக் கொண்டிருந்தேன். திடீரென கூட்டத்தில் நெரிசல் ஏற்பட்டது. அப்போது ஒழுங்குபடுத்திக் கொண்டிருந்த தொண்டர்களை மேடைக்கு வருமாறு காந்திஜி சொன்னார். நான் மேடைக்குப் போய் காந்திஜி காலைத் தொட்டு கும்பிட்டேன். காந்திஜி பதறிப்போய் ‘என்னை ஏன் தொட்டுக் கும்பிடுகிறீர்கள். நான் என்ன பாவம் செய்தேன்?’ எனக் கேட்டார், என்று பழைய தனது நினைவுகளை ஒரு பேட்டியின்போது பகிர்ந்துகொண்டார் சொர்ணத்தம்மாள்..

**இந்திய சுதந்திரப் பொன் விழா மலரில்**

இந்திய சுதந்திரப் பொன்விழா மலரில் 1997ம் ஆண்டு, தினசரி ‘தீக்கதிர்’ வெளியிட்ட கட்டுரையில், சொர்ணத்தம்மாள் அவரது பேட்டியில் “பஸ் பாஸ், ரயில் பாஸ், பென்சன் கிடைக்கும் என்று நாங்கள் போராடவில்லை. சுதந்திரத்திற்காகத்தான் போராடினோம், சிறை சென்றோம்” என்று வீரத்தியாகி சொர்ணத்தம்மாள் கூறியுள்ளார். சட்டமன்ற உறுப்பினர், பாராளுமன்ற உறுப்பினர் பதவி வேண்டுமா என்று ஒருவேளை மத்திய அரசில் ஆளுபவர்கள் கேட்டிருந்தால்கூட இதே பதிலைத்தான் சொல்லியிருப்பார் இந்தியத் தாயின் செல்ல மகள் சொர்ணத்தாம்மாள். அவரின் இறப்பு எங்கே, எப்படி நிகழ்ந்தது என்ற தகவல்கூட நமக்குப் பதிவாகவில்லை; தெரியவில்லை. இப்படித்தான் இருக்கிறது நிறைய விடுதலைப் போராளிப் பெண்களின் நிலை.

8

## மறக்கப்பட்ட விடுதலைப் போராளி மதுரை பத்மாசனி அம்மாள்

**ஆங்கிலேயர்கள் - ஜஹாங்கீர் வழி நுழைவு**

வடஇந்தியாவை ஆண்டுகொண்டிருந்த பேரரசர் ஜஹாங்கிர்தான் முதன்முதலில், ஆங்கிலேயர்கள் இந்தியாவுக்குள் காலூன்ற, 1612இல், சூரத்தில், ஒரு கம்பெனி துவங்க இடம் கொடுத்தார். பின்னர் இது 1757ல் கிழக்கிந்திய கம்பெனியாக வேர்விட்டது. பிறகு சுமார் 200 ஆண்டுகாலம், இந்தியா முழுமைக்கும், ஆங்கிலேயரின் கட்டுப்பாட்டுக்குள் இருந்தது. தமிழ்நாட்டுக்குள் வந்த ஆங்கிலேயர்களை, 1757ல்,முதன்முதல் எதிர்த்தவர் பூலித்தேவன்.

**காந்திக்கு முன்பே துவங்கிய விடுதலைப் போராட்டம்**

சும்மா வரவில்லை சுதந்திரம். 200 ஆண்டுகளுக்கு மேலாக அந்நியர்களிடம் அடிமைப்பட்டுக் கிடந்த இந்தியாவின் சுதந்திரம், தியாகிகளின் இரத்தத்தால் எழுதப்பட்டது. லட்சக்கணக்கான, ஆண், பெண்களின் உயிரை விலையாய் கொடுத்துப் பெற்றது. பல போராட்ட வடிவங்களில் ஆங்கிலேயரை ஆயுதம் தாங்கியும், அகிம்சை வழியும் என இருவேறு வடிவங்களில் இந்திய சுதந்திரப் போராட்டம் அதன் உச்சகட்டத்தை எட்டியே நிறைவடைநதது.

**இந்திய விடுதலையில் பெண்களின் பங்களிப்பு**

இந்திய விடுதலைப் போராட்டத்தில் ஆண்கள் மட்டுமின்றி, பெண்களும் அதிகளவு பங்களிப்பை வழங்கியுள்ளனர். அடித்தட்டு சமூகப் பெண்களில் தொடங்கி, உயர்குடி சமூகப் பெண்கள வரை பாரபட்சம் இன்றி ,தேச விடுதலைக்காக, ஒன்றிணைந்து, போராடி இருக்கின்றனர். வீரமங்கை சிவகங்கை ராணி வேலுநாச்சியார் துவங்கி ஜல்காரி பாய், நான்காயிரம் படை வீரர்களைத் திரட்டி

ஆங்கிலேயர்களை பந்தாடிய ராம்காட் ராணி அவந்திபாய் உள்ளிட்டோர் கி.பி.1700 தொடங்கி, கி.பி.1900 வரையான வரலாற்றுப் பக்கங்களில் இடம்பெறுகின்றனர். இவர்கள் அனைவரின் போராட்டமும் தனித்துவம் வாய்ந்ததாகும்.

**வரலாற்றில் பேசப்படாத பெண்கள்**

லட்சக்கணக்கானவர்களின் உயிர்களை விலையாகக் கொடுத்தது வாங்கியது இந்திய சுதந்திரம். இதில் ஈடுபட்ட அனைவரின் பெயர்களும் வரலாற்றில் பதிவு செய்யப்படவில்லை. சுதந்திரப்போரில் ஈடுபட்ட ஏராளமான பெண்கள் பெயரும் இல்லை. அப்படி மறக்கப்பட்ட ஒரு விடுதலைப் போராளிதான் பத்மாசனி அம்மாள். சுதந்திரப் போராட்டத்தில் தன் குழந்தைகளைப் பலிகொடுத்த இந்திய அன்னையின் மகள் தமிழ்ப் போராளி பத்மாசனி அம்மாள். விடுதலைக்காக சிறை சென்ற பெண் பத்மாசனி.

**பத்மாசனியின் பிறப்பு**

பத்மாசனி அம்மாள் 1897ஆம் ஆண்டு, மதுரைக்கு அருகில் உள்ள சோழவந்தான் என்ற ஊரில் பிறந்தார். பின்னர் அவரது திருமணம் மதுரையில் சீனிவாசவரதன் என்பவருடன் நிகழ்ந்தது. அதன் பின்னர் பத்மாசனி அம்மாள் மதுரையின் மகளானார். சீனிவாசவரதன்-பத்மாசனி தம்பதியர் மகாகவி சுப்பிரமணிய பாரதியாருக்கு, பூரண சுதந்திரமே இலட்சியம் என்ற கொள்கையோடு சுதந்திர தாகத்தோடு வளைய வந்த வத்தலகுண்டு, சுப்பிரமணிய சிவாவுக்கும் நெருங்கிய நண்பர்கள். பாரதியார் பாடல்களை தெருத்தெருவாகப் பாடி மக்களிடம் சுதந்திர வேட்கையை விதைத்தவர்கள் சீனிவாசன்-பத்மாசனி தம்பதி.

**ஒத்துழையாமை போராட்டம்**

மகாத்மா காந்தியின் தலைமையில் நாடு ஒத்துழையாமை இயக்கத்தை தழுவியது. இப்போராட்டம் சத்தியம், அகிம்சை, சாத்வீக எதிர்ப்பு என்ற அடிப்படையில் அமைந்ததால் காந்தியடிகள் பெண்கள் கலந்துகொள்வதை விரும்பினார். பெண்கள், காங்கிரஸ் திட்டங்களான அந்நியத் துணிகளைப் புறக்கணித்தல், அத்துணிக் கடைகள் மற்றும் மதுபானக் கடைகள் இவற்றை மறியல் செய்தல், கதர் துணி நெய்தல் போன்ற செயல்களில் ஈடுபட்டார்கள். ஒத்துழையாமை இயக்கத்தில் மிகவும் முக்கியத்துவம் வாய்ந்ததாக அமைந்தது மதுபானக் கடைகள் மறியலாகும். இப்போராட்டத்தை ஈரோட்டைச் சேர்ந்த ஈ.வெ.ராமசாமி நாயக்கர் முன்னின்று

நடத்தினார். 1922இல், சீனிவாசவரதன் கள்ளுக்கடை மறியலில் மதுரையில் கைதானார். பத்மாசனி, கணவருக்கு வீரத்திலகமிட்டு சிறைக்கு அனுப்பினார். பின்னர் பத்மாசனி தனியாளாக போராட்டத்தில் குதித்தார். தமிழ்நாட்டில் சுதந்திரப் போராட்டத்தில் குதித்த முதல் பெண்மணி பத்மாசனிதான்.

**பத்மாசனியின் கோஷம்**

'ஆவதும் பெண்ணாலே, அழிவதும் பெண்ணாலே' என்ற பழமொழியைக் காட்டி, 'நாம் ஆக்கவும் செய்வோம், அழிக்கவும் செய்வோம். சுயராஜ்யத்தை ஆக்குவோம்;வெள்ளையர் அரசாங்கத்தை அழிப்போம்' என்ற கோஷத்திற்கு சொந்தக்காரர் பத்மாசனி அம்மாள்.

**பத்மாசனி அமைத்த இரவுப் பாடசாலை**

மதுரையில் பத்மாசனியின் கணவர் சீனிவாசவரதன், 'தேசபக்தன்' மற்றும் 'நவசக்தி' பத்திரிகைகளின் நிர்வாகியாக பணிபுரிந்தார். அதனால் பத்மாசனிக்கு, அந்தப் பத்திரிகைகளின் மூலம் நாட்டுநடப்புகளை அறிந்து மக்களுக்கு பிரச்சாரத்தின்போது சொல்ல மிகவும் உதவியாக இருந்தது. 1921ஆம் ஆண்டு,மதுரை பூந்தோட்டம் பகுதியில், பத்மாசனி 'திலகர்' என்ற பெயரில் இரவுப்பாடசாலை அமைத்தார்; அங்கேயே இந்திய விடுதலை பற்றிய விழிப்புணர்வு பிரச்சாரங்களை செய்தார். அந்த இரவு பாடசாலை, இன்றும்கூட பத்மாசனி பாடசாலை என்ற பெயரில் நடந்து வருகிறது.

**வைராக்கியம் மிகுந்த பத்மாசனி**

ஒத்துழையாமை இயக்கத்தின் இன்னொரு பகுதி கதர் உற்பத்தியைப் பெருக்குவது மற்றும் அதன் மூலம் அந்நியத் துணிகளைப் புறக்கணிப்பது என்பதாகும்.இதன் வழியே அரசுக்கு பெரும் நஷ்டத்தை உண்டுபண்ணுவது. மக்கள் பொருளாதார தன்னிச்சை பெறவேண்டும் என்ற காந்தீயக் கோட்பாட்டை, மிகச் சிறப்புடன் நிறைவேற்றியவர் மதுரை பத்மாசனி அம்மாள். தன் கணவர் ஸ்ரீனிவாச வரதன் கள்ளுக்கடை மறியலில் ஈடுபட்டு கைதானவுடன், அவர் நடத்தி வந்த பாரத ஆசிரமத்தை திறம்பட நடத்தினார்; கதர் விற்பனை செய்தார். பத்மாசனி, பெண்களை காங்கிரஸின் அங்கத்தினராக்க, பொதுக்கூட்டங்களில், மேடைகளில்

அவர் மிகச் சிறப்பாகப் பேசினார். கணவர் சிறையிலிருந்து விடுதலையாகி வரும் வரை, பத்மாசனி ஆபரணங்களைக் கழற்றி வைத்துவிட்டார். ஒருவேளை சாப்பாடு, மட்டுமே உண்டார். அதுவும் மோர் சாதம் மட்டுமே சாப்பிட்டார் (தனக்கு சாப்பாட்டிற்கு தேவையான வசதியிருந்தும் கூட).

**வீடுகளில் கதர் விற்ற பேச்சாளர் பத்மாசனி**

பத்மாசனி, காலையில் ராட்டினத்தில் நூல் நூற்று அதில் கிடைக்கும் வருமானத்தைக் கொண்டுதான் சமைத்துச் சாப்பிடுவார். அவர் மாலை நேரங்களில் மதுரையின் வீதிகளில், தெருக்களில் வீடு வீடாகச் சென்று கதர் விற்பார். கதர் நெய்வதும், விற்பதும், வாங்குவதும், ஆங்கிலேய அரசில் தண்டனைக்குரிய செயல்களாக இருந்தன. இருப்பினும் அரசின் ஆணையை மீறி அரசாங்கப் பதவியிலிருப்பவர்களாயிருந்தாலும், அவர்களிடம் அவர்கள் மனதைத் தொடும்படி பேசி, அவர்களை கட்டாயமாக ஒரு கஜம் கதர் துணியாவது வாங்கும்படி செய்துவிடுவார் பத்மாசனி. பெண்களிடம் வசீகரமாகப் பேசி, அவர்களை ஒரு முழம் ரவிக்கைத் துணியாவது வாங்கும்படி செய்வார். பத்மாசனி அம்மாள் சிறந்த பேச்சாளர். தன் சொற்பொழிவுகளில் சில சமயங்களில் 1857-ஆம் ஆண்டு புரட்சி வீரர்களின் சரித்திரங்களை உணர்ச்சியுடன் எடுத்துச் சொல்வார். பத்மாசனி ஏராளமான சொற்பொழிவுகள் ஆற்றி தமிழ் மக்களிடம் சுதந்திர விழிப்புணர்ச்சி ஏற்படுத்தி இருக்கிறார். ஐநூறுக்கும் மேற்பட்ட பெண்களை காங்கிரஸ் அங்கத்தினர்களாகவும் ஆக்கினார்.

**பெண்களை ஈர்த்த பத்மாசனியின் பேச்சு**

“சகோதரிகளே, சாவித்திரி, சந்திரமதி, சீதை, பாஞ்சாலி பிறந்து வளர்ந்த நாட்டிலே பிறந்த நாம் பழங்கிழவிகள், போல பழங்கதை பேசுவதில் அர்த்தமில்லை. இந்தியாவில் விடுதலை என்ற அக்கினி ஜ்வாலை விட்டு விட்டு, வேகமாக எரிகிறது. பெண்களே இந்தியாவின் தியாக விடுதலை வேள்வியில் குதித்திடுங்கள்; ஆவதும் பெண்ணாலே, என்ற விடுதலை வேட்கை அனைவர் உள்ளத்திலும் பிறக்கட்டும். அந்நியத் துணிகளை எரிமலையாய் எரித்திடுங்கள்.’’ என்ற உணர்ச்சி மிக்க உரையாடலால், பெண்களை அலை அலையாய் விடுதலை வேள்வியில் குதிக்கச் செய்தவர் பத்மாசனி அம்மையார்.

**சகோதரி சங்கமும், பெண்களின் ராட்டினப் பயிற்சியும்**

கதர் உற்பத்தியைப் பெருக்க வேண்டுமென்று என்று உறுதி பூண்டு, 1924-ஆம் ஆண்டு பத்மாசனி, தாயம்மாள், திருமதி.

ஜோஸப், திருமதி. சுந்தரமையங்கார், சுப்புலட்சுமி அம்மாள், டி.வி.எஸ். சௌந்தரம் ஆகிய பெண்களும் காங்கிரஸின் உதவியால் மதுரையில் 'சகோதரிகள் சங்கம்' என்ற அமைப்பை நிறுவினார்கள். அச்சங்கத்தில் வாரா வாரம் வெள்ளிக்கிழமைதோறும், சுமார் முப்பது பெண்மணிகள் இரண்டு மணிநேரம் நூல் நூற்பார்கள். அவர்களுக்கு வேண்டிய ராட்டினமும் பஞ்சும் தேசியப் பள்ளிக்கூடத்திலிருந்து கொடுக்கப்பட்டு வந்தது. இவர்களுடன் தாயாரம்மாள், சீதையம்மாள், முனியம்மாள், டாக்டர் பிச்சைமுத்து அம்மாள் ஆகியோரும் இணைந்து விடுதலை வேள்விக்காக பெரும் பணி புரிந்தனர். பல தேசியம் சம்பந்தமான செய்திகளையும் இவர்கள் விவாதித்தார்கள். இங்கு வரும் பெண்களுக்கும் ராட்டினப் பயிற்சி அளித்ததோடு அவர்களுக்கு கல்வியும் கற்றுக் கொடுத்தனர். போராட்ட காலங்களில் ஈடுபட்ட பெண்களுக்கு பெருத்த ஊக்கமளித்தது இச்சங்கம்தான். அந்நியத் துணிகளைப் புறக்கணிப்பதற்கு இவர்கள் தொண்டு மிகவும் உதவியது.

**நீல் சிலை சத்தியாக்கிரகத்துக்காக வீரர்களை அனுப்பிய பதமாசனி**

'நீல்சத்தியாக்கிரகம்' என்பது 1927ஆம் ஆண்டு, ஆகஸ்ட் மாதம் 11-ஆம் தேதி சென்னை மவுண்ட் ரோட்டிலுள்ள கர்னல் நீலின் சிலையை அகற்றுவதற்காகத் தொடங்கப்பட்டது. திருமதி டி.வி. எஸ். சௌந்தரம் அவர்களால் தமிழில் மொழிபெயர்க்கப்பட்ட '1857 இந்தியாவில் முதல் சுதந்திரப் போராட்ட வரலாறு' என்ற புத்தகத்தை பாண்டிச்சேரியிலிருந்து கொண்டு வந்து இவர் எளிய தமிழில் மொழி பெயர்த்து உதவினார். இப்புத்தகத்தை படித்தபின் தான் கர்னல் நீல் அவர்கள் 1857ஆம் ஆண்டு, இந்தியப்புரட்சியின்போது செய்த கொடுமைகள் வெளியே மக்களுக்குத் தெரிய வந்தன. அக்கொடியவன் சிலையை எப்படியாவது அகற்றிவிட வேண்டுமென்ற தேசபக்தி அனைவரிடமும் மேலோங்கியது.உடனேயே ரெ. சிதம்பர பாரதி, ரா. ஸ்ரீநிவாஸ வரதன், பத்மாசனி அம்மாள் ஆகிய மூவரும் போராட்டத்திற்கான திட்டம் வகுத்தனர். இதற்காக திருநெல்வேலி சுப்பராயலு நாயுடுவையும், இராமநாதபுரம் முகம்மது சாலியாவையும் சேர்த்து போராட்டத்தை தொடங்குவதற்கு, சென்னைக்கு அனுப்பத் தீர்மானித்தனர். அவர்களுக்கு சென்னை செல்வதற்குரிய பணம் அவர்கள் யாரிடமும் இல்லை. அதன் முழுச் செலவை பத்மாசனி அம்மாள் ஏற்பதாக மனதுக்குள் ஒரு சங்கல்பம் செய்தார். உடனேயே தன் கொலுசை அடகு வைத்து அவர்களுக்கு பணம் கொடுத்து உதவினார்.

### கர்ப்பிணியாய் யாத்திரையில் சென்ற பத்மாசனி

பத்மாசனி அம்மையார் தொடர்ந்து விடுதலைப் போராட்டங்களில் ஈடுபட்டதால், அவரின் உடல்நிலை பாதிப்புற்றது. மேலும் இந்தச் சூழலில், அவரது குடும்ப சூழலையும் அவரால் கவனிக்க முடியவில்லை. இதற்கிடையில் பத்மாசனிக்கு இரண்டு ஆண்குழந்தைகள் பிறந்து இறந்து போயின. இருப்பினும் கூட, பத்மாசனிக்கு அப்போதும், தான் தளர்வுற்ற நிலையிலும், தாய்நாட்டின் சுதந்திரத்தின் மீதுள்ள தாகம், காதல் குறையவே இல்லை. சுவாமி சிவா நடத்திய காவிரி யாத்திரையில் 8 மாத கருவைச் சுமந்த பெண்ணாக இருந்த பத்மாசனி கட்டாயமாக பங்கேற்றார். யாத்திரை செல்லும் வழியில், பத்மாசனியும் நிறைமாத நிலையில் நடந்தே பயணித்தார். பின்னர் ஒகேனக்கல் வரை பிரச்சாரக் குழுவுடன் சென்றார். இறுதியில், பாப்பாரப்பட்டி கிராமத்தில் பிரச்சாரம் செய்தபோது, எவ்வித வசதியும் இல்லாத நிலையில், பத்மாசனி, ஒரு பெண்குழந்தையைப் பெற்று எடுத்தார். ஆனால் மலைப்பகுதியின் தட்பவெப்ப நிலையைத் தாங்கமுடியாமல், எவ்விதப் பாதுகாப்பும், சுகாதாரமும் இல்லாத நிலையில் பத்மாசனியின் அந்தப் பெண்குழந்தை இறந்தது.

### காந்தி அழைத்து, மேடையில் பேசிய பத்மாசனி

பத்மாசானி தன்னலம் கருதாது தேசநலன் ஒன்றை மட்டுமே குறிக்கோளாகக்கொண்டு, விடுதலை வேள்வியில் எப்போதும் ஈடுபட்டார்; இவரது விடுதலை தாகத்தின் வேகத்தை மகாத்மா காந்தி அறிந்தார். இதனால், பெல்காமில் நடந்த சிறப்புக் கூட்டம் ஒன்றுக்கு, பேச பத்மாசனி காந்தியால் அழைக்கப்படடார். அங்கும் காந்தி தலைமையில் நடந்த பொதுக்கூட்டத்தில் சிறப்பு அழைப்பாளராய் கலந்துகொண்டு விடுதலை தாகத்துடன் பத்மாசனி வெகு சிறப்பாகப் பேசினார்.

### பத்மாசனியின் பொருளாதார உதவி

பலப்பல விடுதலைப் போராட்டங்களில் கலந்துகொண்ட பத்மாசனி, மதுரைப் போராட்டத்தில் கலந்துகொண்டபோது, அரசு அவரை கர்ப்பிணி என்றும் கருணை காட்டாமல், 6 மாத சிறைத் தண்டனை வழங்கியது. அப்போது பத்மாசனி 3 மாதக் கர்ப்பிணியாக இருந்தார். அந்த நிலையிலும்கூட பத்மாசனி சிறையில் உண்ணாவிரதம் இருந்தார். சிறையிலுள்ள நிலைமையினாலும், அவரது உண்ணா நோன்பாலும், கர்ப்பிணியான

பத்மாசனியின் 3 மாதக் கரு கலைந்தது. இருப்பினும், அதற்குப் பின்னும் கூட, பத்மாசனி எதனையும் மனதில் எண்ணி மருகாமல், வீர சுதந்திரம் ஒன்றையே குறிக்கோளாகக்கொண்டு, விடுதலைப் போராட்ட இயக்கத்துக்காக பொருளுதவியும் செய்தார். யாரும் எண்ணிப்பார்க்க முடியாத அளவுக்கு விடுதலை வேள்விக்கு உதவிக்கரம் நீட்டி இருக்கிறார் பத்மாசனி அம்மாள். அவருக்கு சொந்தமான 10 ஏக்கர் நிலத்தை 1934ஆம் ஆண்டு, மூணான்பட்டிக் கிராமத்தில் 'பாரதி ஆசிரமம்' அமைக்க நன்கொடையாக கொடுத்த மிகப் பெரிய பரந்த மனம் படைத்தவர் பத்மாசனி. பின்னர் 1935இல், மகாத்மா காந்தியின் அறிவுரைப்படி, மானாமதுரையில், தாழ்த்தப்பட்டோர் வசிக்கும் பகுதியில், பள்ளியைத் துவங்கி, மாணவ-மாணவிகளுக்கு அவரே கல்வி கற்பித்தார்.

**பத்மாசனியின் இறுதி நாட்கள்**

பத்மாசனி 1935ஆம் ஆண்டு, கமுதியில், பத்மாசனி காங்கிரஸ் பொன்விழா போராட்டத்தில் கலந்துகொண்டு, தேசியக்கொடியை கையில் ஏந்தி உயர்த்திப் பிடித்து, உணர்ச்சிமயமாக மக்கள் அனைவரிடமும் வேங்கையாய் விடுதலைப் பிரச்சாரம் செய்தார். அந்தக் கூட்டம்தான் அவர் வாழ்வின் கடைசி பிரச்சாரக் கூட்டமாக அமைந்துவிட்டது. தேச விடுதலைக்காக தனது வாழ்நாள் முழுவதும் பத்மாசனி அர்ப்பணித்தார். தான் பெற்ற குழந்தைகளைக்கூட பத்மாசனியால் கவனிக்க முடியவில்லை. அவ்வளவு ஆழமான விடுதலை வேட்கை. இதனால் உடல்நலம் மிகவும் பாதிக்கப்பட்டது. உடல் நலனையும் கவனிக்காமல், ஆஸ்துமா நோயால் அவதிப்பட்டார். எனவே அதுவே இறுதியில் பத்மாசனியின் உயிரையும் குடித்தது. பத்மாசனி 1935ஆம் ஆண்டு, ஜனவரி மாதம் 14-ஆம் நாளில், தனது தேச விடுதலைப் போராட்ட பிரச்சாரத்தை நிறுத்திக்கொண்டார். ஆம், அவரின் மூச்சு நின்று போனது; பத்மாசனியின் மூச்சு காற்றோடு கலந்தது. இந்திய விடுதலையே தன் உயிர் மூச்சாக கருதிய பத்மாசனி, தான் கனவு கண்ட சுதந்திர இந்தியாவைக் காணாமலேயே கண்களை மூடிவிட்டார்.

நான்கு வருடங்கள், ஐந்தரை மாதங்கள் சிறைவாசம். தமிழ்நாட்டில் நிகழ்ந்த சத்தியாக்கிரகத்தில் முதன்முதலில் சிறை புகுந்த பெண்கள் என்ற பெருமைக்குரியவர்கள்:

1. அஞ்சலையம்மாள் 2. மதுரை பத்மாசனி.

## 9

## காந்திஜிக்கு விடுதலை உணர்வூட்டிய தில்லையாடி வள்ளியம்மை

**யார் இந்த தில்லையாடி வள்ளியம்மை?**

தில்லையாடி வள்ளியம்மை என்ற சின்னப்பெண், நமது தேசத்தந்தை மகாத்மா காந்திக்கு விடுதலை உணர்வை ஊட்டியவர். ஆங்கிலேய ஆதிக்கத்தை எதிர்த்துப் போராட்டத்தில் ஈடுபட்டு 16 வயதில் உயிர்நீத்த 'முதல் விடுதலைப் போராளி' தியாகச் சுடர் தில்லையாடி வள்ளியம்மை. இவர் ஒரு தமிழ்ப்பெண் என்பது வரலாற்று முக்கியத்துவம் வாய்ந்த ஒன்று. இவர் 1898ஆம் ஆண்டு, பிப்ரவரி மாதம் 22ஆம் நாள் பிறந்தார். இவர் தமிழ்நாட்டில் பிறந்த பெண் அல்ல. இவரது பெற்றோர் தமிழ்நாட்டில் மயிலாடுதுறைக்கு அருகிலுள்ள தில்லையாடி என்ற சிறிய கிராமத்தில் வாழ்ந்தவர்கள். பின்னர் அவர்கள் பிழைப்புக்காக தென்னாப்பிரிக்கா சென்றவர்கள். தில்லையாடி வள்ளியம்மை தென்னாப்பிரிக்காவில் வாழ்ந்த இந்தியர்களின் உரிமைக்கான போராட்டத்தில் ஈடுபட்டு தன் 16வது வயதில் உயிர்நீத்த தமிழ்ப் பெண் போராளி. இவர் ஆரம்ப காலத்தில் மகாத்மா காந்தியுடன் இணைந்து அறப்போராட்டங்களில் கலந்துகொண்டார். பின்னர் அந்நாட்டின் இனவொதுக்கல் அரசுக்கு எதிராகப் போராடினார்.

"சிறுமி தில்லையாடி வள்ளியம்மைதான் எனக்கு முதன்முதலில் விடுதலை உணர்வை ஊட்டிய பெருமைக்குரியவர்" என்று காந்தியடிகள் பெருமையுடன் சின்னப்பெண் வள்ளியம்மை பற்றி குறிப்பிட்டுச் சொல்லியுள்ளார்.

பெண்களின் பெருமையையும், இந்திய விடுதலைப்போரில் அவர்களின் வீரத்தையும் சில நூற்றாண்டுகளுக்கு முன்பிருந்தே நாம் அறியலாம். உதாரணமாக சிவகங்கை வேலுநாச்சியார், ஜான்சிராணி, சித்தூர் ராணி சென்னம்மா போன்ற உயர்குடிப் பெண்களும், கடலூர் அஞ்சலையம்மாள், காந்தியின் தத்துப்பெண்

அம்புஜம்மாள், மதுரை பத்மாசனி அம்மாள், சொர்ணத்தம்மாள் போன்றவர்களும் உள்ளனர். அந்த வகையில், 16 வருடங்கள் மட்டுமே வாழ்ந்த தில்லையாடி வள்ளியம்மையும் இந்திய விடுதலை சரித்திரத்தில் இடம் பிடித்துள்ளார், வீரமங்கை வள்ளியம்மை. எவ்வளவு காலம் வாழ்ந்தார் என்பதில்லை; வாழ்ந்த காலத்தில் என்ன சாதித்தார் என்பதையே சரித்திரம் பேசுகின்றது.

**தென்னாப்பிரிக்காவில் ஆங்கிலேயர்கள்**

ஆங்கிலேயர்கள் மற்ற நாடுகளைப்போலவே தென்னாப்பிரிக்காவையும் அடிமைப்படுத்தி தங்களுடைய ஆதிக்கத்தை விரிவுபடுத்தினார்கள். அப்போது அவர்கள், தென்னாப்பிரிக்க மண்ணில் கரும்பு போன்றவற்றைப் பயிரிட விரும்பினர்; பயிர்த்தொழில் செய்யத் தெரிந்த அடிமைகளைத் தேடினர். தென்னாப்பிரிக்காவில் உள்ள கறுப்பின மக்கள் அடிக்கடி ஆங்கிலேய வெள்ளையர்களிடம் சண்டை போட்டுக் கொண்டிருந்தனர். எனவே, தங்களது ஆதிக்கத்திலிருந்த இந்தியா போன்ற பிற காலனி நாடுகளிலிருந்து பண்ணைத் தொழிலுக்கேற்ற கூலிகளை ஆங்கிலேய அதிகாரிகள் இறக்குமதி செய்தனர். அப்போது ஒரு கூலித் தொழிலாளியாக தஞ்சை மாவட்டம் மயிலாடுதுறையை அடுத்த தில்லையாடி என்ற கிராமத்திலிருந்து கப்பலேறி தென்னாப்பிரிக்காவுக்கு தன் மனைவி மங்களத்துடன் சென்றார் முனுசாமி.

**தென்னாப்பிரிக்காவில் இந்தியர்கள் நிலைமை**

எதிர்கால இன்பக் கனவுகளோடு, தென்னாபிரிக்காவுக்குச் சென்ற இந்திய தொழிலாளர்கள் அங்கே ஆங்கிலேயர்களால் அடிமைகளாக மிகவும் மோசமாக நடத்தப்பட்டனர். இந்தியர் ஒவ்வொருவரும் அங்கே வாழ்வதற்கு வரி கட்ட வேண்டும், அவர்களுக்கு வாக்குரிமை கிடையாது, அனுமதியின்றி குறிப்பிட்ட பகுதிகளுக்குள் நுழையக்கூடாது; ஆங்கிலேயர்களுக்குடன் சமமாக அமர்ந்து பயணம் செய்யக்கூடாது. இவ்வாறெல்லாம் இந்தியர்கள் கொடுமையுடன் ஒடுக்கப்பட்டனர். இந்தியர்கள் கூலிகளாகவே அழைக்கப்பட்டனர். இவர்களை அடிக்கலாம். உதைக்கலாம். என்ன கொடுமை செய்தாலும் எதிர்த்துக் கேட்க முடியாது. அவர்களின் எசமானைவிட்டு வேறு எசமானரிடமும் செல்ல முடியாது. பொது இடங்களிலும் அவமானப்படுத்தப்பட்டார்கள்.

இவர்கள் வாழும் பகுதிகள் அடிப்படை வசதிகள் இல்லாத சேரிகளாகவே இருந்தன. இந்நிலையில் இந்திய வம்சாவளியின்ர் தென்னாப்பிரிக்காவில் வாழ 3 பவுன் தலைவரி கட்ட வேண்டும் என்றது ஆங்கிலேய அரசு.

**காந்திஜி தென்னாப்பிரிக்காவில் பணி**

1893இல் மோகன்தாஸ் கரம்சந்த் காந்தி. தென்னாப்பிரிக்காவில் தாதா அப்துல்லா கம்பெனிக்காக 105 பவுன் சம்பளத்தில் ஓராண்டு பணியாற்றச் சென்றார். ஆனால் 22 ஆண்டுகள் (இடையில் 2 ஆண்டுகள் நீங்கலாக) அவர் அங்குத் தங்க நேரிட்டது. ஒரு கம்பெனி வழக்கறிஞராக சென்ற அவர், இந்தியர்களின் அவல நிலையைக் கண்டார். இம்மக்களின் அவல நிலையைக் கண்டார். இம்மக்களின் உரிமைக்காக, தனது சட்ட அறிவையும் திறமையையும் பயன்படுத்தத் தொடங்கினார். ஆம், மோகன்தாஸ் கரம்சந்த் காந்தி-காந்தியடிகளாகப் பண்படுத்தப்பட்டார். 11-9-1906இல் 3 பவுன் தலைவரி கட்டவேண்டும் என்ற கறுப்புச் சட்டத்தை எதிர்த்து ஒரு மாநாட்டைக் கூட்டினார். சுமார் மூவாயிரம் பேர் கூடிய மாநாட்டில், அகிம்சைப் போராட்டத்தை அறிவித்தார். முதல் அகிம்சைப் போராட்டம் இதுதான். அடுத்து குடியேற்றக் கட்டுப்பாடு மசோதாவை எதிர்த்தும் போராட்டங்கள் நடத்தினார். 1912ஆம் ஆண்டு அக்டோபரில் இந்த எதிர்ப்பின் விளைவாக, கறுப்புச் சட்டம் ஓர் ஆண்டிற்குள் திரும்பப் பெற்றுக்கொள்ளப்படும் என்றும், இநதியர்கள்மேல் விதிக்கப்பட்ட 3 பவுன் தலைவரி ரத்து செய்யப்படும் என்றும் உடன்பாடு ஏற்பட்டது.

**சட்டம் ரத்து இன்றி தொடர்வு**

ஓராண்டாகியும் கறுப்புச் சட்டம் ரத்து செய்யபடவில்லை. 3 பவுன் தலைவரியும் ரத்து செய்யப்படவில்லை. மாறாக, 14-3-1913 அன்று கேப் உச்ச நீதிமன்ற நீதிபதி சியர்லே என்பவர் ஒரு அதிர்ச்சித் தீர்ப்புக் கொடுத்தார்.

அத்தீர்ப்பின்படி, கிறிஸ்துவர் சடங்குப்படி நடந்து பதிவு செய்யப்பட்ட திருமணங்கள் மட்டுமே செல்லும் என்பதாகும். இச்சட்டத்தினால் மணமான இந்துப் பெண்கள் சட்டபூர்வ மனைவி தகுதியை இழந்துவிடுவர். கணவன், மனைவி, பிள்ளைகள்-உறவுகள் மறுக்கப்படும் நிலை. திருமணமான இந்தியப் பெண்கள் வைப்பாட்டிகளாகக் கருதப்படும் நிலை. மேலும் பதிவுப் பத்திரத்தில் தங்களுடைய விரல்களின் முத்திரைகளைப் பதிக்க

வேண்டும் எனும் உத்தரவு. இனவெறி, நிறவெறி அரசு - மதவெறி அரசாகவும் ஆனது.

**தென்னாப்பிரிக்காவில் காந்திஜியின் உரத்த குரல்**

இந்தியாவிற்கு சுதந்திரம் வேண்டும் எனப் பல இடங்களில் போராட்டங்கள் நடைபெற்ற காலகட்டம் அது. குறிப்பாக, ஆங்கிலேய ஆதிக்கத்தை இந்தியா எதிர்த்துக்கொண்டிருந்த சமயம், தென்னாப்பிரிக்காவில் இடம்பெயர்ந்துள்ள இந்தியர்களுக்கான உரிமைகளைப் பெறுவதற்காகப் போராடிக்கொண்டிருந்தார், மகாத்மா காந்தி. கிட்டத்தட்ட 5 ஆண்டுகளாக தென்னாப்பிரிக்காவிலும் ஆங்கிலேயர்களின் ஆதிக்கத்தை எதிர்த்து குரல் கொடுத்துக்கொண்டிருந்தார் காந்தி.

**புலம்பெயர்ந்த குடும்பம்&வள்ளியம்மை பிறப்பு**

தில்லையாடி வள்ளியம்மை தென்னாப்பிரிக்காவில், 1898ஆம் ஆண்டில், பிப்ரவரி 22ஆம் நாள், துணி நெய்யும் செங்குந்தர் இனத்தைச் சேர்ந்த குடும்பத்தில் பிறந்தார். தில்லையாடி வள்ளியம்மையின் தந்தை: முனுசாமி முதலியார். அவரது அன்னையின் பெயர்: மங்களத்தம்மாள். வள்ளியம்மையின் தாய், தந்தை இருவரும் மயிலாடுதுறை மாவட்டம், தில்லையாடி என்ற ஊரைச் சார்ந்தவர்கள். இவர்களின் ஒரே மகள் வள்ளியம்மை. இவர்கள் இருவரும் தமிழகத்தில் தில்லையாடியில் நெசவுத்தொழில் செய்து வந்தனர். நெசவுத் தொழிலாளியான முனுசாமி

முதலியாரும், அவரது மனைவி மங்களத்தம்மாளும், ஆங்கிலேயர் காலத்து ஆட்சியில் வாழ்வாதாரம் தேடி, அவர்களின் குடும்பம் சிறிய வணிகத் தொழில் செய்வதற்காக தென்னாப்பிரிக்காவின் ஜொகன்ஸ்பர்க் நகருக்கு புலம்பெயர்ந்து சென்றனர். பின்னர் அவர்கள் குடும்பம் அங்கேயே தங்கிவிட்டது. அங்கேயே முனுசாமி முதலியார், ஜொகானஸ்பேர்க் நகரில் ஒரு சிறிய வணிகத்தைத் தொடங்கினர். அங்குதான் வள்ளியம்மை பிறந்தார். எனினும் இவரின் தாயார் பிறந்த ஊரான தில்லையாடியின் பெயரைக்கொண்டு 'தில்லையாடி வள்ளியம்மை' என அழைக்கப்படுகிறார்.

**வள்ளியம்மையின் கல்வி**

தில்லையாடி வள்ளியம்மை, ஜொஹன்ஸ்பர்க்கில் இருந்த காலனி பெண்கள் பள்ளியில் கல்வி பயின்று வந்தார். ஆங்கிலக் கல்வியுடன், இசையையும் வள்ளியம்மை கற்று உள்ளார்.

**காந்திஜியின் அறப்போராட்டம் ஆப்பிரிக்காவில்.**

உலகம் முழுவதும் கிட்டத்தட்ட ஆங்கிலேயர்கள் தங்கள் காலனி ஆதிக்கத்தை நடத்திக்கொண்டு இருந்தனர். மேலும் கிறிஸ்துவ மதமும் எல்லா இடங்களிலும் இருந்தது. அதன்படி யார் திருமணம் செய்தாலும், அந்தத் திருமணம் கிறிஸ்துவ தேவாலயத்தில் தான் நடத்தப்படவேண்டும் என்றும், அப்படி நடைபெறாத திருமணங்கள் செல்லாது என்றும் தென்னாப்பிரிக்கவில் ஆட்சி செய்த ஆங்கிலேய அரசு தெரிவித்தது. தென்னாப்பிரிக்காவில்

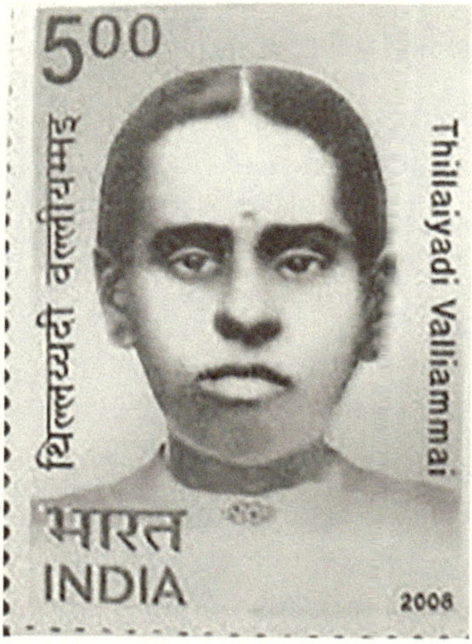


உள்ள உச்ச நீதிமன்றம், 1913ஆம் ஆண்டு, மார்ச் மாதம் 14 ஆம் தேதி, ஒரு தீர்ப்பை வழங்கியது. அத்தீர்ப்பு அங்கு குடியேறி இருந்த இந்தியர்கள் அனைவருக்கும் எதிராக அமைந்திருந்தது. இதனை எதிர்த்து, தென்னாப்பிரிக்காவில் வசித்து வந்த இந்தியர்கள், பெரும் போராட்டத்தில் ஈடுபட்டனர் (இந்தியாவில் நடைபெற்ற சத்தியாக்கிரகப் போராட்டத்திற்கு, இந்தப் பிரச்சினைகளே முன்னத்தி ஏராக வழிகாட்டியது.) அப்போது தென்னாப்பிரிக்காவில், மோகன்தாஸ் கரம்சந்த் காந்தி வழக்கறிஞராகப் பணியாற்றினார். ஆங்கிலேய அரசின் இந்த அறிவிப்பைப் பார்த்து காந்திஜி அதிர்ச்சி அடைந்தார். இந்தியர்கள் தமது வாழ்வுரிமையை மீட்க, ஆங்கிலேய அரசுக்கு எதிராக அங்கிருந்த இந்தியர்கள் போராட்டம் நடத்தினர். அதனை அறப்போராட்டமாகவே நடத்தினர். அப்போராட்டத்தை காந்தியடிகள் தலைமையேற்று நடத்தினார். மேலும் தென்னாப்பிரிக்காவில் வாழ்ந்த இந்தியர்களுக்கு தென்னாப்பிரிக்க அரசால் விதிக்கப்பட்ட வரியை எதிர்த்தும் போராட்டங்கள் நடைபெற்றன.

**ஏன் போராட்டம்?**

உன்னிப்பாக தனது குழந்தைப் பருவத்தில் இருந்தே தன்னைச் சுற்றி நடந்து வரும் சம்பவங்களை, நிகழ்வுகளை உன்னிப்பாக கவனிக்கத் துவங்கினார் வள்ளியம்மை. ஆங்கிலேய காலனி ஆட்சியில் பல கொடுமையான சட்டங்கள் பிறப்பிக்கப்பட்டன. வரிச் சுமை அதிகமாக இருந்தது. கிறிஸ்துவ தேவாலயத்தில் நடக்கும் திருமணங்கள் மட்டும்தான் சட்டப்படி செல்லும் என்றும் அப்படி நடக்காத திருமணங்கள் செல்லாது என்றும் கூறினர். பல கொடுமைகளை மக்கள் மீது திணித்தனர். அப்போது தென்னாப்பிரிக்காவில் வழக்கறிஞராக பணியாற்றிய மோகன்தாஸ் கரம்சந்த் காந்தி ஆங்கிலேய காலனி அரசின் கடுமையான சட்டங்களை எதிர்த்து போராடினார். அப்போராட்டத்தில் காந்தியடிகளின் வீரம் செறிந்த உரை, சிறுமியான வள்ளியம்மையின் மனதில் ஆழமாகப் பதிந்தது.

### வள்ளியம்மை அறப்போராட்டத்தில் ஈர்ப்பாகி

காந்தியடிகளின் உரிமை முழக்கத்தை கூட்டத்தில் பங்கேற்ற வள்ளியம்மை கேட்டார். அந்தப் பேச்சால் கவரப்பட்டார். காந்திஜியின் அறப்போராட்டத்தில் முனைப்புடன் பங்கேற்றார். 1913ஆம் ஆண்டு திங்கள் 23ஆம் நாள் வால்க்ஸ்ரஸ்ட் என்னும் இடத்தில் நடைபெற்ற அறப்போரில் வள்ளியம்மை ஈடுபட்டார். காந்தியடிகளின் போராட்டங்களின்பால் ஈர்ப்பு பெற்று தானும் போராட்ட களத்தில் இறங்கினார் வள்ளியம்மை. அவற்றை எல்லாம் மகாத்மா காந்தி அவர்களே வழிநடத்தினார்; மேலும் அதில் பங்குபெற்று அறவழியில் போராடினார். வள்ளியம்மையுடன் அவர் தாயார் ஜானகி அம்மையாரும் போராட்டத்தில் இறங்கினார். 29-10-1913இல் ஜொஹன்ஸ்பர்க் நகரிலிருந்து நியூகாசில் நகருக்கு மகளிர் சத்தியாக்கிரகப் போர்ப்படை புறப்பட்டது. கஸ்தூரிபாய் அம்மையாருடன் 16 பெண்கள் இப்படையில் இருந்தனர். இதில் 10 பெண்கள் தமிழர்களாவார்.

### தாயும் மகள் வள்ளியம்மையும் போராட்டத்தில்...

கிறிஸ்துவ மதச் சடங்குப் படி செய்யப்படும் திருமணமே, செல்லுபடியாகும் என தென்னாப்பிரிக்காவில் சட்டம் இயற்றியதை எதிர்த்து, தன்னுடைய தாயுடன், போராட்டத்தில் பங்கேற்றார். தனது தந்தையின் உடல்நிலை மிகவும் பாதிக்கப்பட்டு மருத்துவமனையில் இருந்த நிலையிலும், வள்ளியம்மையும் அவரது தாயாரும் போராட்டத்தில் ஈடுபட்டார்கள். 1913ஆம் ஆண்டு, அக்டோபர் மாதம் 29ஆம் தேதி, பெண்கள் நடைப்பயணமாக சென்று பிரச்சாரம் செய்தனர். வள்ளியம்மை, செல்லும் வழியில், அங்கு உள்ள தொழிலாளர்களிடையே, பிரச்சாரம் செய்தார்.

### காந்தியின் அறப்போராட்டமும், முன்னணி வள்ளியம்மையும்

இந்தியர்களுக்கான உரிமையைப் பெறுவதற்காக ஜொகன்ஸ்பர்க்கில் இருந்து 'நியூகேஸில்' நோக்கி அகிம்சை முறையிலான போராட்டத்தை நடத்தினார் காந்தி. நடைப்பயணத்தில், உறுதிமொழித்தாளை எடுத்து, நடைப்பயணத்தில் கலந்துகொண்டிருந்தவர்களிடம் காண்பித்து, ''இந்த உறுதிமொழித்தாளை யார் படிக்கிறீர்கள்?'' என்கிறார். அப்போது, 15 வயதே நிரம்பிய சிறுமியான வள்ளியம்மை ஓடி வந்து, ''நான் படிக்கிறேன்'' எனக் கூறி, ''வெள்ளை

ஏகாதிபத்தியத்தின் விலங்கொடிப்போம் வாருங்கள்'' என்ற முழக்கத்துடன் நடைப்பயணம் புறப்படுகிறது.

**கைதாகி**

பெண்களின் நீண்ட தூர நடைப்பயணம் மற்றும் பிரச்சாரத்தால் ஜொஹன்ஸ்பர்க் அரசு வெகுண்டது. கைது செய்ய உத்தரவிட்டது. வள்ளியம்மையும், தாயும், போராட்டக்காரர்களும் கைது செய்யப்பட்டு, சிறைத் தண்டனை விதிக்கப்பட்டனர். வள்ளியம்மை தனது உடலை மிகவும் பாதிக்கப்பட்டபோதும், கலக்கம் அடையாமல், தான் கொண்ட கொள்கையில் விடாப்பிடியாக இருந்தார்.

**வள்ளியம்மையின் துணிச்சல்**

போராட்ட களத்தில் தில்லையாடி வள்ளியம்மை துணிச்சலுடன் முன்னால் நின்றார். அப்போது அவருக்கு வயது 16தான். வள்ளியம்மை மிகவும் துணிச்சல் மிக்கவர். ஒருமுறை போராட்டத்தின்போது, மக்களை விரட்ட ஆங்கிலேய காலனி அரசின் அதிகாரி ஒருவர் ''துப்பாக்கிச் சூடு நடத்துவேன்' என்று மிரட்டினார். அப்போது அங்கே மக்களுடன், காந்திஜியுடன் இணைந்து போராடிய வள்ளியம்மை, போலீசார் முன்னே வந்து நின்று, ''எங்கே முதலில் என்னை சுடு பார்க்கலாம்'' என்று நெஞ்சை நிமிர்த்தி நின்றார் வள்ளியம்மை.

**சேலையைக் கிழித்து வீசிய வள்ளியம்மை**

பெண்களின் நீண்ட தூர நடைப்பயணத்தின் முடிவில், கலந்துகொண்ட அனைவர் மீதும் வழக்குப் பதிவு செய்யப்பட்டு கைது செய்யப்படுகிறார்கள். வள்ளியம்மையும் கைது செய்யப்பட்டு, அவர் மீதும் வழக்குப் பதிவு செய்யப்படுகிறது. கைதான அனைவரும் 'இந்தியர்கள்' என்று பதிவு செய்வதைப் பார்த்த சிறை அதிகாரிகள், ''ஆப்பிரிக்கர்கள் என்று பதிவுசெய்ய வேண்டியதுதானே?'' என்று நக்கலாய்க் கேள்வி கேட்கிறார்கள். வள்ளியம்மையிடம் ஓர் அதிகாரி, ''இந்தியா என்ற ஒரு நாடே இல்லையே, உங்களுக்கு ஒரு கொடியும் கிடையாதே'' என்று கேட்கிறார். உடனே வள்ளியம்மை, தான் அப்போது உடுத்தியிருந்த சேலையின் தலைப்பைக் கிழித்து, ''இதுதான் இந்தியாவின் கொடி. இனி இதற்கு ஒரு நாடும் உண்டுதானே?'' என்று பதிலளிக்கிறார். பின்னர், அனைவரும் சிறையில் அடைக்கப்படுகின்றனர்.

**சிறை...**

ஆங்கிலேய அரசின் கொடுமையான சட்டங்களை எதிர்த்துப் போராடியதன் காரணமாக கைதானார் தில்லையாடி வள்ளியம்மை. அப்போது அவருக்கு வயது 16. மூன்று மாத சிறைத்தண்டனையை, அபராதம் கட்டி வெளிவர வாய்ப்பு வழங்கப்பட்டபோதிலும், வள்ளியம்மை, அது தனது சத்தியாக்கிரக போராட்டத்திற்கு இழுக்கு என்று மறுப்புத் தெரிவித்தார். அரசே அவரை விடுதலை செய்ய முன்வந்தபோதிலும், தன் கோரிக்கைகள் நிறைவேறாமல் வெளிவர மாட்டேன் என்று திட்டவட்டமாக இருந்தார் வள்ளியம்மை

**வெங்கொடுமை சிறையில் நோயுடன் போராடிய வள்ளியம்மை**

தில்லையாடி வள்ளியம்மை தனது 13 வயதில் இருந்தே போராட்டக் களத்தை கண்டவர். போராட்டத்தில் ஈடுபட்டமைக்காக வள்ளியம்மைக்கு தென்னாப்பிரிக்க நீதிமன்றம் 3 மாதக் கடுங்காவல் தண்டனை வழங்கியது. 16 வயதில் சிறை சென்றார் வள்ளியம்மை. ஆனால் சிறையில் வள்ளியம்மைக்கு கல்லும், மண்ணும் கலந்த உணவு கொடுக்கப்பட்டது. இதனால் உடல் நலம் மிகவும் பாதிக்கப்பட்டார். கடுமையான காய்ச்சலுக்கு உட்பட்ட அவருக்கு போதிய மருத்துவம் அளிக்கப்படவில்லை. மெலிந்த தேகம் கொண்ட வள்ளியம்மைக்கு உடல்நலக்குறைவு ஏற்பட்டது. சிறையில், கடுமையான வேலை கொடுக்கப்பட்டதாலும் போதுமான தூக்கம் இல்லாததாலும், அரைகுறை சாப்பாடும் வள்ளியம்மையின் உடல்நிலையைப் பாதித்தது. தனது இளம் வயது மற்றும் சிறையில் இவர் அனுபவித்த கொடுமைகள் மற்றும் சுகாதாரமின்மை போன்ற காரணத்தால், அவர் மிகுந்த பாதிப்புக்கு உள்ளானார்; உடல்நலக் குறைபாடுகள் ஏற்பட்டன. இதனால் மிகவும் வலுவிழந்த நிலைக்கு ஆளானார். அதனால் மிகவும் கஷ்டப்பட்டார்.

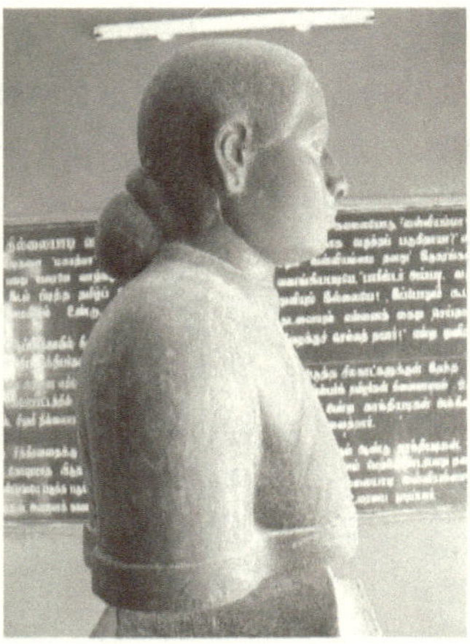

வள்ளியம்மையின் மோசமான உடல்நிலையை அறிந்த ஆங்கிலேய அதிகாரிகள் வள்ளியம்மையை விடுதலை செய்ய முன்வந்தனார். ஆனால் வள்ளியம்மை, போராட்டக்

குழுவினரின் கோரிக்கை நிறைவேறாததால் சிறையிலிருந்து வெளியே வர மறுத்தார். அந்த நிலையிலும் வெள்ளைக்காரச் சிறை அதிகாரி "உரிய அபராதத் தொகையைக் கட்டிவிட்டு சிறையிலிருந்து விடுதலை பெற்றுச் செல்" என்று கூறியும், "செத்தாலும் சிறையில் தான் சாவேன். அரசு விதித்த அபராதத் தொகையைக் கட்ட மாட்டேன்" என மறுத்து சிறையிலேயே இருந்தார்.

அடுத்த சில நாட்களில் அவரது உடல்நிலை மிகவும் மோசமடைந்தது. கவலைக்கிடமான நிலையில், 1914ம் ஆண்டு பிப்ரவரி 11 ஆம் நாள் சிறையிலிருந்து விடுவிக்கப்பட்டார்.

**கோரிக்கையில் பிடிவாதம்... வெற்றி...**

இவரது போராட்ட குணத்திற்கு அடையாளமாக வள்ளியம்மையின் கோரிக்கைகளை நிறைவேற்றியது அரசு. ஒரு கட்டத்தில், காந்திக்கும் அரசுக்கும் இடையே ஏற்பட்ட தர்காலிக உடன்பாட்டின்படி, அனைவருக்கும் விடுதலை கிடைக்கிறது. வள்ளியம்மையும் விடுதலை அடைந்து வீட்டுக்கு வருகிறார். பின்னர் இந்தியர்களுக்கு விதிக்கப்பட்ட தலைவரி நீக்கப்பட்ட பின்பே தனது விடுதலையை ஏற்று வெளியே வந்தார் வள்ளியம்மை. அடுத்த சில நாட்களில் அவரது உடல்நிலை மிகவும் மோசமடைந்தது. கவலைக்கிடமான நிலையில், 1914, பிப்ரவரி 11ஆம் நாள் சிறையிலிருந்து விடுவிக்கப்பட்டார். வீட்டில் படுத்த படுக்கையாக கிடந்தார்.

**வள்ளியம்மையும், காந்தியும்**

வள்ளியம்மையின் உடல்நிலை மோசமாக இருந்த செய்தி கேள்விப்பட்டு காந்திஜி அவரைக் காண வந்தார். வள்ளியம்மையின் நிலைகண்டு கலங்கினார் காந்திஜி. அவர் வள்ளியம்மையிடம், "சிறைத்தண்டனைக்காக நீ வருந்துகிறாயா?" என்று கேட்டார். ஆனால் உடல்நிலை தளர்ந்திருந்த நிலையிலும் வள்ளியம்மை" இல்லை இல்லை. மீண்டும் சிறை செல்லத் தயார். அத்துடன் இந்தியர்களின் நலனுக்காக எத்தகைய இன்னல்களையும் ஏற்பேன். அதற்காக என் இன்னுயிரையும் தருவேன்" என்று துணிவுடன் வீரம் நிறைந்த சொற்களை காந்திஜியிடம் பேசினார் வள்ளியம்மை.

**மரணிப்பு**

சிறையில் இருந்து வெளியான பத்தே நாட்களில், அவரது பிறந்த நாளான பிப்ரவரி 22ஆம் நாள் உடல்நலம் மிகவும் மோசமானது. பின்னர் 1914ஆம் ஆண்டு, அவரின் உடல்நிலை

சரியாகாத நிலையில் வள்ளியம்மை மரணத்தைத் தழுவினார். சிறைச் சூழலால் உடல் நலம் பாதிக்கப்பட்ட வள்ளியம்மை 1914 பிப்ரவரி 22ஆம் நாள் தமது 16வது அகவையில் மரணித்தார்.

**நினைவு மண்டபம் - ஜொஹன்ஸ்பர்க்**

வள்ளியம்மையின் உடலுக்கு தென்னாப்பிரிக்காவில் உள்ள இந்தியர்கள் அனைவரும் அஞ்சலி செலுத்தியபின், ஜொஹன்ஸ்பர்க்கில் அடக்கம் செய்யப்பட்டார். வள்ளியம்மையின் இறப்பின்போது காந்தி வரமுடியவில்லை. எனவே பின்னர் காந்திஜி அவருடைய கல்லறைக்குச் சென்று இறுதியஞ்சலி செலுத்தினார். அப்போது காந்தி, ''இவர்தான் இந்தியாவின் மேன்மையான பெண் குழந்தை. ஒவ்வொரு பெண்ணுக்கும் இருக்கவேண்டிய சுயநம்பிக்கை, சுயமரியாதை, நல்லொழுக்கம் ஆகிய உயர்ந்த அடையாளங்களைக் கொண்டவர் வள்ளியம்மை" என்று பெருமையாகக் குறிப்பிட்டார். மேலும், ''இந்தியா உள்ளவரை தென்னாப்பிரிக்க சத்தியாக்கிரக சரித்திரத்தில் வள்ளியம்மையின் பெயரும் நீங்காத இடம்பெற்றிருக்கும்'' என்றார்.

**நினைவுச் சின்னம் தென்னாப்பிரிக்கா**

தென்னாப்பிரிக்காவில், வள்ளியம்மையின் நினைவுச் சின்னத்தை 1914-ஆம் ஆண்டு ஜூலை 15-ஆம் தேதி, காந்தியடிகள் திறந்துவைத்தார். 1915இல் காந்தி தமிழகத்திற்கு வந்தபோது, தில்லையாடி சென்று வள்ளியம்மையின் தியாகத்தை நினைத்து அங்கிருந்த மண்ணை எடுத்து கண்ணில் ஒற்றிக்கொண்டார். 'பலன் ஏதும் கருதாமல், தென்னாப்பிரிக்காவில் தியாகம் செய்து வெற்றிகண்ட தில்லையாடி வள்ளியம்மை அவர்கள்தாம் எனக்கு முதன்முதலில் விடுதலை உணர்வை ஊட்டிய பெருமைக்குரியவர்' என்று வள்ளியம்மையின் வீரத்தைக் குறித்து அவருடைய சுயசரிதத்தில் விரிவாகக் குறிப்பிட்டுள்ளார்.

**காந்தியடிகளின் கருத்து**

"என்னுடைய சகோதரியின் மரணத்தைவிடவும் வள்ளியம்மையின் மரணம் பேரிடியாக இருந்தது" என்று காந்தியடிகள் மனம் வருந்தினார். மாதர்களுக்கு அணிகலன்களாகத் திகழும் துன்பத்தைத் தாங்கும் மனவலிமை, தன்மானம், நல்லொழுக்கம் ஆகியவற்றுக்கு இலக்கணமாகத் திகழ்ந்தார்

அவருடைய தியாகம் வீண் போகாது. சத்தியத்திற்காக உயிர்நீத்த அவருடைய உருவம் என் கண்முன் நிற்கிறது. நம்பிக்கைதான் அவரது ஆயுதம் என்று தில்லையாடி வள்ளியம்மை குறித்து இந்தியன் ஒப்பீனியன் இதழில் காந்தியடிகள் எழுதியுள்ளார்.

''தென்னாப்பிரிக்க வரலாற்றில் வள்ளியம்மையின் பெயர் என்றும் நிலைத்து நிற்கும்'' என்று காந்தியடிகள், 'தென்னாப்பிரிக்கச் சத்தியாக்கிரகம்' என்னும் நூலில் குறிப்பிட்டுள்ளார்.

**காந்திஜி பாராட்டிய வள்ளியம்மை**

காந்தியை சுட்டுக்கொல்ல தென்னாப்பிரிக்க போலீஸ் திட்டமிட்டு காந்தியின் முன்வந்து துப்பாக்கியைக் காண்பிக்க, அதைக் கண்ட சிறுமி வள்ளியம்மை, காந்தியின் முன்வந்து நின்று, ''இப்போது அவரைச் சுடு பார்க்கலாம்'' என்று தைரியமாக நிற்கிறாள். வள்ளியம்மையின் நெஞ்சுரம் கண்டு என்னைச் சுடவந்த வெள்ளையனே திகைத்து, திரும்பிச் சென்றான் என்று காந்தி தன் புத்தகத்தில் குறிப்பிடுகிறார்.

**காந்தி போற்றிய புனித மகள்**

தில்லையாடி வள்ளியம்மையின் மரணத்தை அறிந்த காந்தி மிகவும் வருத்தம் அடைந்தார். அவர் வள்ளியம்மையை இந்தியாவின் புனித மகள் என்றும் போற்றினார். பிறகு இந்தியா வந்தபோது காந்திதில்லையாடி வள்ளியம்மை பிறந்த ஊருக்குச் சென்றபோது, அந்த ஊர் மண்ணை எடுத்து கண்ணில் ஒத்திக் கொண்டார். ''வள்ளியம்மை பலன் ஏதும் கருதாமல் தென்னாப்பிரிக்காவில் தியாகம் செய்து வெற்றி கண்டார். அதனால் தில்லையாடி வள்ளியம்மைதான் எனக்கு முதன்முதலில் விடுதலை உணர்வை ஊட்டிய பெருமைக்குரியவர்'' என காந்தி வள்ளியம்மையைப் பாராட்டியுள்ளார். தன்னுடைய பதினாறு வயதில், 22 பிப்ரவரி 1914 ஆம் ஆண்டு, மரணம் அடைந்தார் அப்போது, காந்திஜி ''அவரைப் போன்ற தியாகிகளால தான், இந்திய சுதந்திரப் போராட்டம் ஊக்கம் பெறுகிறது'' என கூறினார்.

காந்தியடிகள் தமது தமிழகப் பயணத்தின்போது வாய்ப்புக் கிடைக்கும்போதெல்லாம் வள்ளியம்மையின் தியாகத்தை நன்றியுடன் நினைவுகூர்ந்துள்ளார். திருமணமாகாத இளம் பெண்ணான வள்ளியம்மையின் வாழ்வு இந்திய விடுதலைப்போருக்கு முன்னோடியாக அமைந்தது. அவருடைய அளப்பரியா தியாகம் போற்றி வணங்கத்தக்கது.

## நூற்றாண்டு நினைவுச் சின்னம்

தரங்கம்பாடி மற்றும் தில்லையாடிக்குச் செல்வதற்காக காந்தி தம் மனைவி கஸ்தூரிபாயுடன் 1915 ஏப்ரல் 29ஆம் நாள் இரவு தூத்துக்குடி விரைவு வண்டியில் மயிலாடுதுறைக்கு வந்து இறங்கினார். மறுநாள் காந்திஜியும், கஸ்தூரிபாயும் மயிலாடுதுறையிலிருந்து இரட்டைக் குதிரைகள் பூட்டிய சாரட் வண்டியில் தரங்கம்பாடி வந்தடைந்தனர். தரங்கம்பாடி டேனிஷ் கோட்டை மைதானத்தில் சத்தியாக்கிரகவாதிகளும் பொதுமக்களும் இணைந்து காந்திஜிக்கு வரவேற்பு அளித்தனர்.மே 1ஆம் தேதி தரங்கம்பாடியிலிருந்து தில்லையாடிக்குச் சென்றார் காந்தி. தில்லையாடி பகுதியைச் சேர்ந்த பலரும் தென்னாப்பிரிக்காவில் காந்தியுடன் அறப்போராட்டத்தில் பங்கேற்றிருந்தனர். மக்கள் திருவாரூர் தில்லையாடியில் மகாத்மா காந்தி அமர்ந்து பொதுமக்களிடம் பேசிய இடத்தில், அவரது நினைவுத்தூண் அமைக்கப்பட்டுள்ளது

## நினைவுமண்டபத்தில்

காந்தி தில்லையாடிக்கு வந்ததன் நூற்றாண்டு நினைவு விழா, தில்லையாடி தியாகி வள்ளியம்மை நினைவுமண்டபத்தில், 2015ஆம் ஆண்டு, மே மாதம், முதல்நாள், வெகு சிறப்பாக அன்று நடைபெற்றது.

தில்லையாடியில் ‘காந்தி நினைவுத்தூண்’ அருகில் தற்போது அமைக்கப்பட்டுள்ள நூற்றாண்டு நினைவுக் கல்வெட்டு திருப்பனந்தாள் காசிமட இணை அதிபரால் திறந்துவைக்கப்பட்டது.

‘‘வள்ளியம்மை தேசபக்தியின் மொத்தத் திருவுருவம். இவரின் திருவுருவமே எவரின் மனத்திலும் தேசபக்த ஞானத்தீயை ஒளிரச் செய்துவிடும்’’ என்று மகாத்மாவால் பாராட்டப்பட்ட தில்லையாடி வள்ளியம்மைக்கு 13.8.1971 அன்று தில்லையாடியில் நினைவகம் ஒன்று திறக்கபட்டது. அம்மையாரின் திருவுருவச் சிலை, அவரைப் பற்றிய புகைப்படக்காட்சிகள், அவருடைய வீர வரலாறு போன்றவை இந்த நினைவகத்தில் இடம் பெற்றுள்ளன. அங்கு காந்தி அமர்ந்த இடத்தில் ஒரு நினைவுத்தூண் ஒன்றும் உள்ளது. இங்கு ஒரு நூலகமும் இருக்கிறது

தில்லையாடி வள்ளியம்மையின் போராட்ட குணம் மற்றும் தியாகத்தை நினைவுபடுத்தும் வகையில் தில்லையாடி ஊரில் அவருக்கான நினைவுமண்டபத்தை உருவாக்கியது தமிழக அரசு...

- தில்லையாடி வள்ளியம்மை நினைவாக, இந்திய அரசு, நாகப்பட்டினத்தில் உள்ள தில்லையாடியில் 1971ஆம் ஆண்டு நினைவகம் கட்டியது.
- 31 டிசம்பர் 2008ல் மத்திய அரசு, அவர் நினைவாக, அஞ்சல் தலை வெளியிட்டு கௌரவப்படுத்தியது.

**வள்ளியம்மையின் பெருமைகள் & கௌரவம்**

- தமிழ்நாடு அரசு தில்லையாடி வள்ளியம்மையின் தியாகத்தையும் போற்றிக் கொண்டாடியது.
- மயிலாடுதுறை மாவட்டம், தரங்கம்பாடி வட்டத்தில் தமிழக அரசு தில்லையாடியில் வள்ளியம்மை நினைவு மண்டபம் அமைத்துள்ளது.
- இங்கு தில்லையாடி வள்ளியம்மையின் சிலை ஒன்று முன்மண்டபத்தில் அமைக்கப்பட்டுள்ளது.
- இங்கு பொது நூலகத்துறை மூலம் ஒரு நூலகம் செயல்பட்டு வருகின்றது.
- காந்திஜி, தில்லையாடிக்கு 1-5-1915 அன்று வருகை தந்து அமர்ந்த இடத்தில்,வள்ளியம்மைக்கு ஒரு நினைவுத்தூண் கட்டப்பட்டுள்ளது.
- அதன் எதிரில்தான் தில்லையாடி வள்ளியம்மை நினைவுமண்டபம் கட்டப்பட்டுள்ளது.
- தில்லையாடியில் காந்தி நினைவுதூபி அருகில் அமைக்கப்பட்டுள்ள நூற்றாண்டு நினைவுக் கல்வெட்டு திருப்பனந்தாள் காசிமட இணை அதிபரால் திறந்து வைக்கப்பட்டது.

**அஞ்சல்தலை படம்**

- கைத்தறி நெசவாளர் சங்கம் சென்னையில் அமைத்த விற்பனை நிலையத்திற்கு, 'தில்லையாடி வள்ளியம்மை மாளிகை' என்று பெயர் சூட்டிக் கௌரவிக்கப்பட்டது.
- 1997-ஆம் ஆண்டு, வள்ளியம்மையின் நூற்றாண்டின்போது ஜொஹன்ஸ்பர்க் நகரில் நெல்சன் மண்டேலாவின் முயற்சியால் வள்ளியம்மையின் கல்லறை புதுப்பிக்கப்பட்டு, விழா எடுக்கப்பட்டது.

**Ref:**

1. https://en.wikipedia.org/wiki/Thillaiaadi_Valliammai
2. https://ta.wikipedia.org/
3. https://tamil.boldsky.com/insync/life/2019/facts-and-biography-of-indian-freedom-fighter-thillaiyadi-valliammai-024302.html
4. https://mediyaan.com/thillaiyaddy-valliammai-freedom75/
5. https://tamilkatturai.com
6. https://www.vikatan.com/anniversaries/birth/remembering-thillaiaadi-valliammai-on-her-birth-and-death-anniversary
7. https://www.hindutamil.in/news/blogs/70320-10.html

10

# உழைக்கும் மக்களுக்காகப் போராடிய விடுதலை வீராங்கனை K.P. ஜானகி அம்மாள்

### K.P. ஜானகி அம்மாள் யார்?

கே.பி. ஜானகி அம்மாள் (K. P. Janaki Ammal) அவர்களை இயக்கத்தைச் சேர்ந்த அனைவரும், அம்மா என்றே அன்புடன் அழைப்பார்கள். அவர் தமிழகத்தில் 60 ஆண்டுகள் பொதுவாழ்க்கைக்குச் சொந்தக்காரர். இந்திய விடுதலைப் போராட்டத்தில் வீறுகொண்டு எழுந்த வீராங்கனை. கே. பி.ஜானகி அம்மாள் ஒரு மேடை நாடகக் கலைஞர்; விவசாய சங்கத்தின் தலைவர்களில் ஒருவர்; ஜனநாயக மாதர் சங்கத்தின் ஸ்தாபகத் தலைவர்களில் ஒருவர்.

### பெண்கள் நிலைமை

விடுதலை இந்தியாவில், பெண்களுக்குப் பல உரிமைகளும், சுதந்திரமும் கிடைப்பதாகக் கூறப்படும் தற்போதைய சூழலிலும், அரசியல் மற்றும் சமூகப் போராட்டக்களத்தில் இயங்கும் பெண்கள், பல்வேறு இன்னல்களுக்கு ஆளாகின்றனர். இந்த நிலையில் பிற்போக்குச் சிந்தனைகள் நிறைநததாகவும், ஆங்கிலேயரிடம் அடிமைப்பட்டும் கிடந்த இந்தியாவில், ஏகாதிபத்தியத்தை எதிர்த்து வெற்றிகண்ட கே.பி.ஜானகி அம்மாள் போன்றோரின் வாழ்க்கை வரலாறு போராடும் பெண்களுக்கு நம்பிக்கை அளிப்பதாகவே உள்ளது.

### ஜானகியின் பிறப்பும், வளர்ப்பும்

K.P.ஜானகி அம்மாளின் வாழ்க்கை என்பது ஒரு வீர வரலாற்றுப் பெட்டகம். தமிழ்நாட்டின், மதுரை மாநகரில், 1917ஆம் ஆண்டு (அன்னை இந்திரா காந்தி பிறந்த ஆண்டு)

பத்மநாபன் - லட்சுமி தம்பதிக்கு, ஜானகி மகளாகப் பிறந்தார். இவரது தந்தை ஒரு தனியார் நிறுவனத்தில் பணிபுரிந்தார். அவரது குடும்பம் மிகவும் ஏழ்மை நிலையிலேயே இருந்தது. ஜானகியின் அன்னை, அவரது 8 வயதிலேயே இறந்துவிட்டார். தாயை இழந்த ஜானகி, அவரது பாட்டியால் வளர்க்கப்பட்டார். ஜானகி, மதுரை கீழ ஆவணி மூல வீதியில் உள்ள அரசு பெண்கள் பள்ளியில் எட்டாம் வகுப்பு வரை மட்டுமே படித்தார். ஜானகிக்கு இயற்கையிலேயே நல்ல குரல் வளம் இருந்தது. எனவே அவரது பாட்டி அவரை முறையாக இசைப் பயிற்சி பெற ஏற்பாடு செய்தார். பள்ளியைவிட்டு வெளியேறிய ஜானகி இசை வகுப்பில் சேர்ந்தார்.

**இந்திய நிலைமை**

அப்போது 1920ஆம் ஆண்டு இந்திய அரசியல் வரலாற்றில் முக்கியமானது. மகாத்மா காந்தி தென்னாப்பிரிக்காவிலிருந்து திரும்பி வந்தார். காங்கிரசை அமைப்பாக செயல்பட வைத்தார். இந்திய மக்களை, தேசிய நீரோட்டத்தில் இணைப்பதற்காக, ஈர்ப்பதற்காக பல திட்டங்கள் அறிவிக்கப்பட்டன. காந்தியின் தொலைநோக்குப் பார்வை விரைவிலேயே மில்லியன் கணக்கான சராசரி இந்தியர்களை இந்த அமைப்பிற்குள் கொண்டுவந்து, இந்திய விடுதலை மேல்குடியினர் போராட்டம் என்பதிலிருந்து தேசியப் போராட்டமாக மாற்றியமைத்தது. காந்திஜியின் ஒத்துழையாமை இயக்கம் அறிவிக்கப்பட்டது. அந்நிய ஆடைகள் நிராகரிக்கப்பட்டன. காந்தி ராட்டினம் கொண்டு, நூல் நூற்று, அனைவரும் கதராடை அணியவேண்டும் என்றார். இந்தக் கால கட்டத்தில், இதையெல்லாம் பார்த்த சிறுமி ஜானகிக்கு, இதன் மீது ஈர்ப்பு ஏற்பட்டு, வீட்டிலேயே நூல் நூற்று, கதராடை அணியத் துவங்கினார்.

**ஊமைப் படங்கள் -பேசும் நாடக உலகம்**

ஜானகிக்கு 12 வயது ஆனதும், அவரின் வாழ்க்கையில் பெரிய திருப்புமுனை ஏற்பட்டது. அப்போது 1928ஆம் ஆண்டு, சினிமாத் துறையில் பேசும் படங்கள் வராத காலகட்டம் (தமிழில் வந்த முதல் பேசும் படம், 'கவிகாளிதாஸ்', 1931). மக்கள் சரித்திர, சமூக நாடகங்களை விரும்பிப் பார்த்த காலம் அது. தமிழ்நாட்டில் ஏராளமான நாடக கம்பெனிகள் இருந்தன. சங்கரதாஸ் சுவாமிகள் இருந்த மதுரை தத்துவ மீனலோசனி வித்துவ பாலசபா, மதுரை

ஒரிஜினல் பாய்ஸ் கம்பெனி, மதுரை தேவபால வினோத சங்கீத சபா போன்றவை பிரபலமானவை. இவை மூலம் நடத்திய நாடகங்கள், துவக்கத்தில் நீதி மற்றும் பக்தியைப் போதித்தன. காலப்போக்கில் சமூக சீர்திருத்த கருத்துக்களையும், பினனர் தேசபக்தி ஊட்டும் நாடகங்கள் நடத்தப்பட்டன. வே.சாமிநாதா சர்மாவின் ‘பாணபுரத்து வீரன்/தேசபக்தி’, கிருஷ்ணசாமி பாவலரின் “கதரின் வெற்றி” போன்றவை மக்களிடையே பிரபலமான பாராட்டைப் பெற்ற நாடகங்கள், ஆனால் இவற்றை ஆங்கிலேய அரசு தடை செய்தது. பாணபுரத்து வீரன் வசனம் மற்றும் பாடலை எழுதியவர் கவிஞர் பாஸ்கரதாஸ். கடைசிக்காட்சி, புரட்சி வீரன் தூக்குமேடைக்குச் செல்லும் வசனம், ப. ஜீவானந்தம் அவர்களால் எழுதப்பட்டது. கடைசிக் காட்சியில் மக்கள் ‘பகத்சிங்குக்கு ஜே, வந்தே மாதரம்’ என்று முழங்குவார்கள்.இதன் இடையில் சமாதானப் பேச்சு, வட்டமேஜை மாநாடு போன்றவை இடம் பெறும். இவற்றை கலைவாணர் என்.எஸ்.கிருஷ்ணன் காந்திஜியில் வரலாறு, போராட்டங்கள் மற்றும் லண்டன் வட்டமேஜை மாநாடு ஆகியவற்றை வில்லுப்பாட்டு மூலம் நடத்தினார். இதுவும் தடை செய்யப்பட்டது.

### சிறு வயதிலேயே நாடக நடிகையாக

இந்தக் காலகட்டத்தில்தான், சிறுமி ஜானகி, தனது 12வது வயதில் பழனியா பிள்ளை பாய்ஸ் கம்பெனியில், தன் குடும்ப சூழ்நிலையால் நாடகத்தில் நடிக்க சேர்த்துக்கொள்ளப்பட்டார். 1928ஆம் ஆண்டு அவர் நாடகத்தில் நடிக்க வந்தபோது, அவருக்கு மாதச் சம்பளம் ரூ25/= மட்டுமே. அந்தக் காலத்தில் பெண்கள் யாரும் நடிக்க வரமாட்டார்கள். மேலும் பருவம் அடைந்த பெண்களை நாடகக் கம்பெனியில், நடிக்க சேர்த்துக்கொள்ளவும் மாட்டார்கள். ஆகவே, ஆண்களே பெண் வேடம் ஏற்று நடித்துக்கொண்டிருந்த காலம் அது. பழனியா பிள்ளை பாய்ஸ் கம்பெனியில் இருக்கும் ஒரு பெண்ணுக்குத் துணையாக இருக்கவே, ஜானகி அந்த கம்பெனியில் சேர்த்துக்கொள்ளப்பட்டார். மின்ஒலிபெருக்கி இல்லாத அந்தக் காலத்தில், நல்ல எடுப்பான, கம்பீரமான குரல்வளம் உள்ளவர்கள் மட்டுமே நாடகங்களில் நடிக்க முடியும். அவர்களை மட்டுமே நடிக்க எடுத்துக்கொள்வார்கள். சிறுமி ஜானகியின் குரல்வளம் அவரை புகழேணியின் உச்சிக்குக் கொண்டுசென்றது. அவர் எல்லா நாடகங்களிலும் கதாநாயகி/முக்கியப் பாத்திரங்களிலேயே நடித்தார்.

### நாடகத்தில் திறமைமிகு பாத்திரங்களில்

ஜானகி, வள்ளி திருமணம் நாடகத்தில் வள்ளியாகவும், கோவலன் நாடகத்தில், மாதவி மற்றும் கண்ணகி என்ற இரட்டை வேடத்திலும், அரிச்சந்திரன் நாடகத்தில் மயான காண்டத்தில் சந்திரமதியாகவும், பவளக்கொடியில் பவளக்கொடியாகவும், மனோகரா நாடகத்தில் பத்மாவதியாகவும் ஏற்று நடித்து மிகவும் பிரபலம் ஆனார். அக்காலத்தில் வசனம் குறைவாகவும், பாடல்கள் அதிகமாகவும் இருக்கும். அதிலும் அதில் வரும் கேள்வி பதில்கள் பாடல்களிலேயே இருக்கும். இதனால் ஜானகியின் கம்பீரம் மிகுந்த குரலுக்கும், பாடலுக்கும், மக்களின் ஏராளமான கைத்தட்டும், பாராட்டுகளும் குவிந்தன.

### மாதச் சம்பளம் அதிகரிப்பு- மக்கள் பாராட்டால்...

நாடகங்கள் பொதுவாக இரவு 10 மணிக்குத் துவங்கி, விடியற்காலை 3 -4 மணிக்கே முடியும். ஏகாதசி, சிவராத்திரியின் போது விடிய விடிய நாடகம் நடக்கும். பழனியா பிள்ளை பாய்ஸ் கம்பெனி ஒரு முறை இலங்கைக்குச் சென்றது. அங்கு கொழும்பு, கண்டி, அனுராதபுரம், மட்டக்கிளப்பு, யாழ்ப்பாணம் போன்ற இடங்களில் 6 மாதங்கள் தங்கி நாடகம் நடத்தினர். அங்கும் ஜானகியின் நடிப்பும் குரலும் மக்கள் மத்தியில் பாராட்டுப் பெற்றது. இதானால் அவரது மாத ஊதியமும் அதிகரித்தது.

### விசுவநாததாஸ்

1925ஆம் ஆண்டு தூத்துக்குடியில் விசுவநாததாஸின் இசையால் கவர்ந்திழுக்கப்பட்ட காந்தியார், தாஸை காங்கிரஸ் பேரியக்கத்திற்கு அழைக்கிறார். "காங்கிரஸ் ஏழைகளின் இயக்கம். இதில் பணியாற்றுகின்றவர்களும் எளிய தோற்றம் கொண்டவர்களாக இருக்கவேண்டும்" என்று தன் கோரிக்கையையும் வெளியிடுகிறார். இது தனக்கே விடப்பட்ட அழைப்பு மற்றும் யோசனை என்பதை தாஸ் உணர்கிறார். தன் ஆடம்பரபட்டுடைகள், காதில், கழுத்தில், இடுப்பில், விரல்களில் அணிந்திருந்த தங்கநகைகளைவிட்டு வெளியேறுகிறார். முரட்டுக் கதரை மனமுவந்து தன் ஆடையாக ஏற்கிறார். நூறு சதவிகிதம் தன்னை விடுதலை வீரனாக, சுத்த காங்கிரஸ்காரனாக, பின்னர் பதவிக்குப் பறக்காத போராளியாக மாற்றி அமைத்துக்கொள்கிறார் தாஸ். சாகும் வரைக்கும் தேசிய, விடுதலைப் போர்க் குணத்தை இழக்காத மாமனிதராகவே வாழ்கிறார். அக்காலத்திய தலைவர்கள் மேற்கொண்ட சுதந்திரப்

பிரசாரத்துக்குச் சற்றும் குறையாத அளவுக்கு தாஸும், சுதந்திரக் கிளர்ச்சி செய்திருக்கிறார்.

**துணிச்சல் மிகுந்த சாதிமறுப்பு ஜானகி**

ஜானகி பங்கேற்று நடித்த நாடகங்களில், காந்திஜி, ஜவஹர்லால் நேரு, காங்கிரஸ் இயக்கம் பற்றிய பாடல்கள், ஜானகியின் கணீரென்ற குரலில் கட்டாயம் இடம் பெறும். இப்படியான நாடகப் பங்கேற்புதான் நாட்டின் அடிமைத்தளையை அறிவதற்கான வாய்ப்பை அவருக்கு ஏற்படுத்திக்கொடுத்தது. ஆனால் அப்போது விசுவநாததாஸை வைத்து நாடகம் நடத்தும் நாடக காண்டிராக்டர்களை, போலீஸ் மிரட்டியதன் காரணமாக, அவருக்கு நாடகங்கள் குறைந்தன. அதோடு 'நாவிதர்' சமுதாயத்தைச் சேர்ந்த தாஸோடு நடிக்க மாட்டோம் என்று நடிகைகள் பின்வாங்கினார்கள். இது தாஸை வெகுவாகப் பாதித்தது. மனதளவில் நொந்துபோனார். ஒவ்வொரு நாடகத்திலும், மறக்காமல்,"தாழ்த்தப்பட்ட சோதரைத் தாங்குவோர் உண்டோ, மண்ணில் ஏங்குவோர் உண்டோ" என்ற பாடலைப் பாடிக்கொண்டுதான் இருந்தார். நடிகைகளில், கே.பி. ஜானகி அத்தடையை மீறி அவருடன் நடிக்க முன்வந்தார். விடுதலைப் போராட்ட உணர்வையும் அரசியலையும் அவரிடமிருந்தே அறிந்துகொண்டார்.

**விடுதலை கீதம் இசைத்த ஜானகி**

நாடக மேடைகளில் விடுதலை கீதங்களை,எல்லோரது கவனத்தை ஈர்க்கும் வகையில், கம்பீரமான, கணீரென்ற குரலில் இசைக்கும் குயிலானார் ஜானகி. ஒட்டுமொத்த காங்கிரஸ் கூட்டமும் ஆர்ப்பரிக்கும் அளவுக்கு "வந்தே மாதரம, பாரத சமுதாயம் வாழ்கவே, விடுதலை விடுதலை" போன்ற பாடல்களைப் பாடி, போராட்ட வீரர்களை உற்சாகப்படுத்தினார். ஜானகியின் "காந்தி சொல்லைத் தட்டாதீங்க காங்கிரஸ்காரர்களே" என்ற பாடல் காங்கிரஸ் தொண்டர்களை மீண்டும் மீண்டும் கேட்கவைத்தது.

**திருமணம்**

பழனியா பிள்ளை பாய்ஸ் கம்பெனியில் ஆர்மோனியம் என்ற கருவியை, நாடகத்தில் நடிப்பவர்களின் குரலுக்கு ஏற்ப, பாடலுக்கு ஏற்றபடி வாசிப்பவர் எஸ். குருசாமி. குருசாமியுடன், ஜானகிக்கு அன்பும் உறவும் ஏற்பட்டது. குருசாமி காங்கிரஸ் இயக்கத்தின்பால் பற்று மிகுந்தவர். எனவே, அவர் ஜானகியையும் காங்கிரஸ்மேல்

ஈடுபாடு கொள்ளவைத்தார். அதன் பிரசுரங்களை படிக்கச் செய்தார். அவருடன் விவாதம் செய்தார். இவைகளால் ஜானகிக்கு, காங்கிரசின்மேல் ஈர்ப்பு வந்தது. இந்திய விடுதலைக்கு தன்னை அர்ப்பணிக்க ஆர்வம் கொண்டார். பின்னர் குருசாமியிடம் நெருக்கம் அதிகமாக, அவரை திருமணம் செய்ய முடிவு எடுத்தார். ஆனால் குருசாமிக்கு முன்பே திருமணமாகி, குழந்தைகளும் இருந்தனர். ஜானகி மற்றும் குருசாமி இவர்களின் திருமணம் 1934ஆம் ஆண்டு நிகழ்ந்தது.

**காங்கிரஸ் கட்சி உறுப்பினர்**

திருமணத்துக்குப் பின்னர், ஜானகி நாடகத்தில் நடிப்பதைக் குறைத்துக் கொண்டார். குறிப்பிட்ட நாடகங்களில் நடித்தார். அதில் நடிப்பதற்கு ரூ 150 -300 வரை வாங்கினார். அன்றைய ரூ.300 என்பது இன்றைய மதிப்பில் சுமார் ரூ 30,000/= மேற்பட்ட மதிப்பாகும்). பின்னர் அரசியலில் உள்ள ஈடுபாட்டால், நாடகத்தில் நடிப்பதை நிறுத்தினார். அப்போது அவருக்கு, மதுரை மேலமாசி வீதியில் சொந்தமாக 2 பெரிய வீடுகள் இருந்தன. 100 பவுனுக்குமேல் நகைகளும், ஏராளமான பட்டுப்புடவைகளும் இருந்தன. ஆனால் குருசாமியின் முதல் மனைவி பாஞ்சாலியம்மாள் மற்றும் குழந்தைகள் எல்லோரும் ஒரே வீட்டில் வாழ்ந்தனர். கணவரின் கருத்துப்படி, ஜானகி தமிழகத்தின் பல்வேறு இடங்களில் காங்கிரஸ் கூட்டங்களில் தேசபக்திப் பாடல்களைப் பாடிவந்தார். ஜானகி தேசபக்திப் பாடல்களைப் பாடப்போகிறார் என்று அறிவிக்கப்பட்டால், பல்லாயிரக்கணக்கில் மக்கள் கூடுவது

வழக்கமாகிவிட்டது. ஆனால் ஜானகி எந்தக் கூட்டத்துக்கும் பணம் வாங்குவதில்லை. 1930-1936 வரை தேசபக்திப் பாடல்களையே பாடிவந்தார். பின்னர் 1936இல் காங்கிரஸ் கட்சியின் உறுப்பினரானார். பின்னர் அதே ஆண்டில் இவர் மதுரை காங்கிரஸ் கமிட்டியில் அலுவலகப் பொறுப்பாளர் என்பதையும் ஏற்றுக்கொண்டார். காங்கிரஸ் இயக்கத்தில் குருசாமி தீவிரமாக இருந்ததால், அவரைத்தேடி நிறைய காங்கிரஸ் தொண்டர்கள் ஒரு நாளைக்கு 15 பேராவது வருவார்கள். அவர்கள் எல்லோருக்கும் உணவளிப்பார் ஜானகி. பின்னர் குருசாமி-ஜானகி தம்பதிக்கு குழந்தை பிறந்தது. ஆனால் பிறக்கும்போதே, குழந்தை இறந்தே பிறந்தது. முதலில் காங்கிரஸில் இருந்த இவர், பின் 1940ஆம் ஆண்டு கம்யூனிஸ்ட் கட்சியில் இணைந்து இறுதிவரை அதிலேயே பணியாற்றினார்.

### ஜானகி அரசியல்வாதியாக பரிணாமம்

வத்தலகுண்டில், 1938ஆம் ஆண்டு காங்கிரஸ் அரசியல் மாநாடு நடந்தது. அந்த மாநாடும், ஜானகிக்கு ஒரு திருப்புமுனையாகவே அமைந்தது. இம்மாநாட்டுக்கு ஜானகி பார்வையாளராக வந்திருந்தார். மாநாட்டின் துவக்கத்தில் தேசியகீதம் பாட அழைத்தபோது, யாரும் வரவில்லை. அப்போது மேடைக்குப் போய் ஜானகியைப் பாடும்படி அனைவரும் வற்புறுத்தினர். ஜானகி தயக்கத்துடனேயே போய், தேசியகீதத்தை கம்பீரமான குரலில் பாடினார். இம்மாநாட்டில் முதன்முறையாக ப.ஜீவானந்தம், பி. இராமமூர்த்தி மற்றும் எம்.ஆர்.வெங்கட்ராமன் ஆகியோருக்கு அறிமுகம் ஆனார். தேசியகீதம் பாடிய ஜானகியை எல்லோரும் பாராட்டினர். பின்னர் ஜீவா அவருடன் பேசி, அவரை, அரசியலில் ஈடுபடும்படி வற்புறுத்தினார். ஜானகி, ஜீவாவை தனது அரசியல் குருவாக ஏற்றுக்கொண்டார். வெங்கட்ராமன் வேண்டுகோளுக்கிணங்க, வீடுகளில் உண்டியல் வசூலுக்கும் சென்றார். ஜீவா, ஜானகியை மேடைகளில் உரை நிகழ்த்தவும் அழைத்தார். ஜானகி தயங்கவும், துண்டுப்பிரசுரத்தில் ஜானகி, ஜீவா சுற்றுப்பயணத்தில் பங்கேற்று உரையாற்றுகிறார்கள் என்று போட்டு, ஒரு கடிதமும் இணைத்துக்கொடுத்தார். பயணம் 15 நாட்கள்; 400 கிராமங்கள்; 300 கூட்டங்கள். தினம் 10-15 கூட்டங்கள். ஒவ்வொன்றிலும் ஜீவாவும், ஜானகியும் பேசினார்கள். பின்னர் கூட்டத்தில் ஜீவா எழுதி, கோவை ராமதாஸ் பாடும் “காலுக்குச் செருப்புமில்லை, கால்வயிற்றுக்குக் கூழுமில்லை”, என்ற பாடல் ஜானகியையும், கூட்டத்தில் எல்லோரையும்

உலுக்கிவிடும். அதன் பின்னர் ஜானகியும் ஜீவாவின் பாடல்களை கூட்டத்தில் பாடினர்.

**நேதாஜியுடன் இணைந்து**

நேதாஜி சுபாஷ் சந்திரபோஸ், 1939ஆம் ஆண்டு மதுரை வந்தபோது, மதுரை மாநகர் காங்கிரஸ் கட்சியில், குருசாமி தலைவராகவும், ஜானகி செயலராகவும் இருந்தனர். அங்கு நேதாஜிக்கு, மதுரை மாநகர் காங்கிரஸ் கட்சி மாபெரும் வரவேற்புக் கொடுத்தது. சுபாஷ் சந்திரபோஸ் மதுரை வந்தபோது பிரிட்டிஷ் அடக்குமுறைகளை மீறி முத்துராமலிங்கம் அடிகளாரோடு, ரயிலடியில் வரவேற்பு நிகழ்வுக்குத் தலைமை தாங்கி வரவேற்று, குதிரைவண்டியில் அவரோடு சென்றார். பசும்பொன் முத்துராமலிங்கத் தேவரும், ஜானகியும் உடன் வர, போஸ் மதுரை நகரின் பல பகுதிகளுக்குச் சென்று காங்கிரஸ் கொடியை முக்கியமாக, போஸ் வாசக சாலை, பத்மாசனி படிப்பகம் போன்ற இடங்களில் ஏற்றினர். பின்னர், கம்யூனிசக் கருத்துக்களால் ஈர்க்கப்பட்டு, ஜானகி 1940ஆம் ஆண்டு ஒன்றுபட்ட இந்திய கம்யூனிஸ்ட் கட்சியில் சேர்ந்தார். ஜானகியம்மாள் 1940-இல் கம்யூனிஸ்ட் கட்சியில் இணைந்த காலகட்டத்தில், கம்யூனிஸ்ட் இயக்கத்திற்குத் தடை விதிக்கப்பட்டிருந்தது

**ஜானகி வேலூர் சிறையில் கல், மண் நிறைந்த சோறை உண்டு...**

ஜானகியின் யுத்த எதிர்ப்பு போராட்டத்தைக் கண்ட, ஆங்கிலேய அரசு, ஜானகியை நீ பொன்மலையை விட்டு எங்கும் செல்லக்கூடாது எனத் தடை விதித்து இருந்தனர். அங்கேயும் ஜானகி தனது பணிகளைத் தொடர்ந்தார். அங்குள்ள சிறுவர்களுக்கு உலக நடப்புகள் மற்றும் தேசிய வரலாறு சொல்வதும், பாரதி மற்றும் ஜீவாவின் பாடல்களைச் சொல்லித்தருவதுமாக இருந்தார். அங்கேதான் ஜானகியம்மாளின் தேசப்பற்றையும், குரல் வளத்தையும் கேட்கிறார் பொன்மலை பாப்பா என்ற பாப்பா உமாநாத். யுத்த எதிர்ப்புப் பிரச்சாரம் செய்தமைக்காக குருசாமிக்கும், ஜானகிக்கும் 6 மாத சிறைத் தண்டனை விதிக்கப்பட்டது. தென்னிந்தியாவில் யுத்த எதிர்ப்புக்காகச் சிறைவைக்கப்பட்ட முதல் பெண் ஜானகி. குருசாமி கண்ணனூர் சிறையிலும், ஜானகி வேலூரில் உள்ள பெண்கள் மத்திய சிறையிலும் அடைக்கப்பட்டனர். அவரோடு காங்கிரஸ் ஊழியர் என்.எஸ், ருக்குமணியும் வேலூர் சிறையில் அடைக்கப்பட்டார். அங்கு ஜானகியம்மாள்,

விடியற்காலை 4.30 ரமணிக்கே எழுந்து பாரதியாரின் இயக்கப் பாடல்களை சாதகம் செய்வார். ஜானகி சிறைச்சாலையில் மோசமான உணவை உண்ண முடியாமல் காலையில் பட்டினி கிடந்தார். மதியம் மற்றும் மாலையில் கொஞ்சம் சோறும், மோரும் சாப்பிடுவார். இதனால் இவருக்கு சிறையில் ஆஸ்துமா நோய் தொற்றியது. 3 மாதங்கள் சிறையிலேயே சிகிச்சை பெற்றார். அன்று ஜானகியைத் தொற்றிய ஆஸ்துமா, அவரின் இறுதி நாள் வரை தொடர்ந்தே வந்தது. பின்னர் ஜானகி மற்றும் ருக்குமணி இருவரும் கடலூர் சிறைக்கு மாற்றப்பட்டனர். அங்கு அட்டூழியம் செய்த ஜெயிலரை எதிர்த்து இருவரும் போராட்டம் நடத்தினர். இதன் பிறகும், இதற்கு முன்பும் ஜானகியம்மாள் பலமுறை சிறையில் அடைக்கப்பட்டிருக்கிறார். எத்தனை முறை சிறை சென்றாலும், ஒரு முறையும் அரசிடம் மன்னிப்புக் கேட்டு விடுதலையை நாடியதில்லை. அரசியல் கைதியாக ஐந்துமுறை வேலூர் சிறைக்குச் சென்று வந்தவர்.

**ஆஸ்துமா நோயாளியான ஜானகி**

குருசாமி, ஜானகி இருவரும் சிறையிலிருந்து வெளியே வந்தனர். நல்ல உடல்நலத்துடன் சிறை சென்ற ஜானகி, வெளியே வரும்போது எலும்பும் தோலுமாய், ஆஸ்துமா நோயாளியாகி வந்தார். இருவரும் இயக்கப் பணிகளில் தங்களை ஈடுபடுத்திக் கொண்டதாலும், நாடக வருமானம் இல்லாததாலும், குடும்பப் பொருளாதாரம் சரிந்தது. பலருக்கும் உணவளித்தல், கட்சி செலவுகளுக்குப் பணம் கொடுத்தல் என்பதால், சிரமம் ஏற்பட்டு ஜானகி சொந்த வீடுகளை விற்றார். பின்னர் மதுரை மண்டையன் ஆசாரி சந்தில் உள்ள, 1ஆம் எண்ணுள்ள வீட்டில் வாடகைக்கு குடியேறினார். அவரின் இறுதி நாள் வரை அங்கேயே இருந்தார். தொடர்ந்து செலவுக்காக, குழந்தைகளைப் படிக்க வைக்க என ஜானகியின் தங்கநகைகள் மற்றும் பட்டுப்புடவைகள் விற்கப்பட்டன.

## இரண்டாம் முறை சிறைவாசம்

மதுரை திருப்பரங்குன்றத்துக்கு அருகிலுள்ள மொட்டையரசு என்ற இடத்தில் 1940இல், கம்யூனிஸ்ட் கட்சி, ஓர் அரசியல் முகாம் நடத்தியது. அப்போது கட்சி தடை செய்யப்பட்டு இருந்த காலம், எனவே காங்கிரஸ் கமிட்டி சார்பாக முகாம் நடத்துவதாக தெரிவிக்கப்பட்டது. இதில் ஏ.கே. கோபாலன், சுப்பிரமணிய சர்மா போன்ற கம்யூனிஸ்ட் தலைவர்களும், சீனிவாச வரதன் போன்ற காங்கிரஸ் தலைவர்களும் கலந்துகொண்டனர். இதில் நூற்றுக்கணக்கான பங்கேற்பாளர்கள் இருந்தனர். இவர்களுக்கு உணவளிக்க, ஜானகி தனது நகைகளை விற்றுத் தந்தார். கம்யூனிஸ்ட்கள் கோபாலன், சர்மா கலந்துகொண்டதை அறிந்த ஆங்கிலேய அரசு அவர்களை கைது செய்ய சுற்றி வளைத்தது. அவர்கள் தப்பிவிட்டனர். இந்த முகாம் ஜானகியின் அரசியல் பார்வையில் ஒரு புதிய ஒளியைப் பாய்ச்சியது. ஜானகி கட்சியின் முடிவுப்படி, தொடர்ந்து யுத்த எதிர்ப்பு பிரச்சாரம் செய்தார். எனவே அரசு 1941ஆம் ஆண்டு, இரண்டாம் முறையாக ஜானகியைக் கைது செய்து வேலூர் சிறையில் அடைத்தது. பின்னர் அங்கே, சென்னையைச் சேர்ந்த என்.எஸ்.ருக்குமணி, பழநி பங்கஜம், அம்மு சுவாமிநாதன், ராதாபாய் சுப்புராஜன், ருக்குமணி லட்சுமிபதி, மணலூர் மணியம்மை, திருவாங்கூர்-கொச்சி மற்றும் மலபார் பகுதிகளைச் சேர்ந்த அம்மண்ணராஜா, குட்டியம்மாளு அம்மா, ஆந்திராவைச் சேர்ந்த ஜகதம்பாள் என 30 பெண்கள், தனிநபர் சத்தியாக்கிரகத்தின் மூலம் கைதானவர்கள் அங்கு அடைக்கப்பட்டார்கள். இவர்களில் 22 பேர் மட்டும் பி வகுப்புக் கைதிகள் என அறிவிக்கப்பட்டு அங்கு இருந்தனர். 9 மாத சிறைவாசத்துக்குப் பின்னர் ஜானகி, மீண்டும் அரசியலில், விடுதலைப் போராட்டத்தில் பங்கேற்கலானார். அதன் பின்னர் ஜானகி போராட்டங்களில் தலைமை ஏற்று வழிநடத்தினார்.

## வங்கப் பஞ்சமும் ஜானகி பங்களிப்பும்

வங்கதேசத்தில் 1943ஆம் ஆண்டு இந்தியாவையே உலுக்கிய பஞ்சம் ஏற்பட்டது. லட்சக்கணக்கில் மக்கள் பட்டினியால் மாண்டனர். கால்நடைகளும் தீவனமின்றி அழிந்தன. எங்கு நோக்கினும் எலும்புக்கூடுகள், வல்லூறுகள் தென்பட்டன. "தாயைக்கொல்லும் பஞ்சம்" என்று முண்டாசுக்கவிஞர் பாரதி கூறியபடி, அங்கு நிலைமை இருந்தது. இந்திய கம்யூனிஸ்ட் கட்சி தனது தொண்டர்களுக்கு உடனடியாக நிதி திரட்டி வங்க

மக்களுக்குக் கொடுக்குமாறு பணித்தது. கட்சி உறுப்பினர்கள் குறைவு என்றாலும், அதன் அரசியல் செல்வாக்கினால், பெரும் நிதியைச் சேகரித்துக் கொடுத்தனர். மதுரையில் ஜானகி அம்மாள் மற்றும் தியாகி மணவாளன், ‘வங்கம் பாரடி’ என்ற தலைப்பில் கலை நிகழ்ச்சியும் பஞ்சம் பற்றிய கண்காட்சியும் நடத்தி, வங்கப் பஞ்ச நிவாரண நிதி திரட்டி, பஞ்சத்தில் வாடும் மக்களுக்கு வழங்கப்பட்டது. இவைகளில் ஜானகி பெரும்பங்கு வகித்தார். ஜானகியின் தியாகமும் அளப்பரியது.

**ஹார்வி மில் போராட்டம்**

ஸ்காட்லாந்தில் விவசாயக் குடும்பத்திலிருந்துவந்த ஆண்ட்ரூ மற்றும் ஃப்ராங்க் சகோதரர்கள், மதுரையில் ஹார்வி பருத்தி மில் ஆலையைத் துவக்கினர். அன்று மதுரையில் ஹார்வி மில் பெரும் லாபத்தைப் பார்த்தது. ஆனால், அதில் பணி புரியும் தொழிலாளர்களுக்குப் போதுமான ஊதியமும், முறையான வேலை நேரமும் இல்லாமல் அடிமைகள்போல் பணி புரிந்துகொண்டிருந்தனர். 1944ஆம் ஆண்டு, இதனை எதிர்த்து கே.பி.ஜானகி அம்மாள், ஆங்கிலேயே அரசையையும் ஹார்வி நிர்வாகத்தையும் கலங்கடிக்கச் செய்தார். போனஸ் கோரிக்கையை முன்வைத்து போராட்டம் நடத்தினார். இந்தப் போராட்டத்திற்காக அவர், ஜனவரி 22ஆம் நாள் கைது செய்யப்பட்டு சிறையில் அடைக்கப்பட்டார். பின்னர் பிப்ரவரி 25ஆம் நாள் விடுதலை செய்யப்பட்டார்.

**விவசாய சங்கப் பொறுப்பு**

1944ஆம் ஆண்டில், மதுரை வைகை ஆற்றில் மாபெரும் கைத்தறி மாநாடு நடைபெற்றது. சர்க்கரைச் செட்டியார், பாலசந்திர மேனன், பி.இராமமூர்த்தி ஆகியோர் கலந்துகொண்டனர். சுமார் 50,000 நெசவாளர்கள் பங்கேற்றனர். மாநாடு 3 நாட்கள் சிறப்பாக நடந்தது.குறைந்த விலையில் நூல், நெசவாளர்களுக்கு வீட்டு வசதி போன்ற கோரிக்கைகள் முன்வைக்கப்பட்டன. ஆர்.இ.சித்தா, ஆர்,கே. சாந்துலால், கே.ஆர். சுந்தரராமன், கே.பி. ராமுடு, கே.டி. இராமலிங்கம், ராஜம்மாள், முனியாண்டி ஆகியோருடன், ஜானகியும் இம்மாநாட்டை சிறப்பாக நடத்த வெகுவாக உழைத்தார். பின்னர் கட்சியின் முடிவுப்படி, ஜானகி அம்மாள், 1944ஆம் ஆண்டின் கடைசியில் மதுரை மாவட்ட விவசாய சங்கத்தை உருவாக்கும் பொறுப்பை ஏற்றார். இவரால் விவசாய சங்கக் கிளைகள் கிராமங்களில் உருவாகின.

### பூந்தோட்டத்தில் ஜானகியம்மாள் நகர்மன்ற உறுப்பினராக வெற்றி

இந்தியா 1947ஆம் ஆண்டு சுதந்திரம் அடைந்த பின்னர், சில மாதங்கள் கழித்து, மதுரை மாநகராட்சி தேர்தல் நடந்தது. ஜானகியம்மாள், 5வது வார்டு பூந்தோட்டத்தில், கட்சியின் வேட்பாளராக அறிவிக்கப்பட்டார். அப்போது எல்லோருக்கும் வாக்குரிமை இல்லை. வரி கட்டுவோர் மட்டுமே வாக்களிக்கலாம். அப்போது அந்தத் தேர்தலில், காங்கிரஸ் தலைவர் சீனிவாசவரத ஐயங்கார் மற்றும் முனீஸ்வர ஐயர் போட்டியிட்டனர். இறுதியில் அவர்களைத் தோற்கடித்து அவர்களை தோற்கடித்து வெற்றி வாகை சூடியது ஜானகி அம்மாள்தான். அவர் பெற்ற வாக்குகள் 900.மற்ற இருவரும் ஆளுக்கு 300 வாக்குகள் பெற்றனர்.

### மீண்டும் சிறை

கம்யூனிஸ்ட் கட்சி, மீண்டும் 1948ஆம் ஆண்டு தடை செய்யப்பட்டது. கம்யூனிஸ்ட் கட்சித் தலைவர்கள் மற்றும் ஊழியர்களை பாதுகாப்புச் சட்டத்தின்கீழ் கைது செய்து சிறையில் அடைத்தனர். ஏராளமானோர் தலைமறைவு வாழ்க்கை நடத்தினர். மதுரையில், கே.டி.கே. தங்கமணி, ஜானகி அம்மாள், குருசாமி, ஏ.பி.பழனிசாமி, எம்,முனியாண்டி ஆகியோர் கைது செய்யப்பட்டனர். ஜானகி அம்மாளை வேலூர் சிறையில் அடைத்தனர். அவரோடு, சென்னையைச் சேர்ந்த என்.எஸ்,ருக்குமணி, மணலூர் மணியம்மா, கமலாதேவி சட்டோபாத்தியாயா, ஆந்திரா அனுசுயா, சூர்யாவதி, விமலா ஆகியோரும் வேலூர் சிறையில் பாதுகாப்புச் சட்டத்தின்படி அடைக்கப்பட்டனர். ஆண் கைதிகளை லத்தியால் அடித்தனர். ஆர். இராமராஜின் மூக்கு உடைந்தது. ஆண்கள் எல்லோரும் சிறையில் உண்ணாவிரதம் இருந்தனர். இதனை அறிந்த பெண்களும் உண்ணாவிரதம் இருந்தனர். இதனால், சிறை நிர்வாகிகள் ஜானகியம்மாளை தனி அறைகளில் பூட்டி வைத்து லத்தியால் அடித்தனர். அனுசுயாவின் 2 குழந்தைகளை வீசி எறிந்தனர். 15 நாட்கள் உண்ணாவிரதம் தொடர்ந்தது. பின்னர் ஏ.கே.கோபாலன் தன்னை விடுவிக்கச் சொல்லி ஒரு மனுவை சென்னை உயர் நீதிமன்றத்தில் சமர்ப்பித்தார். வழக்கை விசாரித்த நீதிபதி, கோபாலனை விடுதலை செய்யச் சொல்லி உத்தரவு பிறப்பித்தார். ஏ.கே. கோபாலன் விடுதலை ஆனார். அவரைத் தொடர்ந்து அரசு மற்ற பாதுகாப்புக் கைதிகளையும், பெண் கைதிகளையும் விடுதலை செய்தனர். ஜானகி அம்மாளும், குருசாமியும் விடுதலை

ஆனார்கள். பின்னர் கொஞ்ச நாட்கள் அவர்கள் கிராமத்தில் தங்கி இருந்தனர். ஜானகியின் உடல்நிலை மோசமாகியது.

**துவரிமான் போராட்டம்... ஒத்தை ஆளாக ஜானகியம்மாள்...**

அரசு, நில உச்சவரம்பைச் சட்டமாக்குவதற்கு முன்பாக, நிலப்பிரபுத்துவம் மிகவும் கொடிய அளவில் மாநிலம் முழுக்கப் பரவியிருந்தது. ஜானகி அம்மாள் பங்குபெற்ற மிக முக்கிய இரண்டு போராட்டங்கள் உண்டு. அவற்றில் ஒன்று துவரிமான் போராட்டம். மதுரைக்கு அருகே துவரிமான் என்ற கிராமத்தில் பண்ணையார்களால் மிகுந்த கொடுமைகளுக்கு உள்ளாகிவந்தனர் விவசாயத் தொழிலாளர்கள். அதை எதிர்த்து கம்யூனிஸ்ட் கட்சி நடத்திய நிலத்தைக் கைப்பற்றும் போராட்டத்தில் கலந்துகொண்டார் ஜானகி அம்மாள். மதுரையில் கே.பி.ஜானகி அம்மாள் அதனை எதிர்த்துப் பல்வேறு காலகட்டங்களில் போராட்டங்களை நடத்தியிருக்கிறார். மதுரை துவரிமான் குத்தகை விவசாயிகளின் நிலமீட்புப் போராட்டத்தில், நிலத்தைச் சுற்றி காவல்துறையினர் துப்பாக்கியுடன் நின்றுகொண்டிருந்தபோது, அங்கிருந்த ஆண், பெண் இளைஞர்கள் எனப் பலரும் ஆங்கிலேயே காவல்துறையின் மிரட்டலுக்கும் துப்பாக்கிக்கும் பயந்து ஒதுங்கி நின்றனர்.

அந்த நேரத்தில் ஜானகி அம்மாள் எந்தவித அச்சமுமின்றி ஏர் பிடித்து நிலத்தில் இறங்கி உழுது 'உழுபவனுக்கே நிலத்தை சொந்தமாக்கு' எனப் போராடியது, ''எங்கே என்னைச் சுடு'' என போலீசுக்கு சவால் விட்டது, அங்கிருந்த காவல்துறையினரையே மிரளவைத்தது அவரின் செயல். இன்று, நினைக்கும்போதும் ஜானகி அம்மாளின் வீரம், உடலெல்லாம் சிலிர்க்க வைக்கிறது. துவரிமான் குத்தகை விவசாயிகளின் நிலமீட்புப் போராட்டத்தில் ஏர் பிடித்து நிலத்தில் இறங்கி ஜானகியம்மாள் உழுதது பெண்ணியக்க வரலாற்றில் முக்கிய மைல்கல். துப்பாக்கிகளோடு நின்ற காவல்துறையைச் செய்வதறியாது திகைக்க வைத்த அந்தச் சம்பவம் அவரது வீர வரலாறாக மதுரை மண்ணில் பதிந்துள்ளது.

**தேர்தலில் வெற்றியும் தோல்வியும்**

பின்னர் 1954ஆம் ஆண்டு நடந்த ஜில்லா போர்டு தேர்தலில் ஜானகியம்மாள் வெற்றி பெற்றார். 1955ஆம் ஆண்டு ஜானகி அம்மாள் கட்சியின் தாலுகா செயலர் ஆனார். 1957ஆம் ஆண்டு, செப்டம்பர் 13ஆம் நாள் நடைபெற்ற தமிழ்நாடு விவசாயிகள் சங்க மாநாட்டில், ஜானகி அம்மாள் நிர்வாகக் குழு உறுப்பினராக

தேர்ந்தெடுக்கப்பட்டார். தொடர்ந்து அப்பதவியில் பல ஆண்டுகள் இருந்தார். பின்னர் 1957ஆம் ஆண்டு, நடந்த தேர்தலில், திருப்பரங்குன்றம் தொகுதியில் தமிழக சட்டமன்ற உறுப்பினர் பதவிக்குப் போட்டியிட்டு தோல்வி அடைந்தார். பின்னர் 1962ஆம் ஆண்டு தேர்தலில் போட்டியிட்டு 25,000 வாக்குகள் பெற்று தோல்வியைத் தழுவினார்.

**சட்டமன்ற உறுப்பினர் ஜானகி அம்மாள்**

சுதந்திர இந்தியாவிலும் இவரது போராட்டம் ஓய்ந்தபாடில்லை. 1967ஆம் ஆண்டு நடைபெற்ற சட்டமன்றத் தேர்தலில் மதுரை கிழக்குத் தொகுதியில் போட்டியிட்டு சட்டமன்ற உறுப்பினராக தேர்வு செய்யப்பட்டார். 1967-ல் அண்ணா தலைமையில் அமைந்த தி.மு.க. ஆட்சியில் முதல் பெண்ணாக மதுரைத் தொகுதியிலிருந்து தேர்ந்தெடுக்கப்பட்டு, கம்யூனிஸ்ட் சட்டமன்ற உறுப்பினராகப் பதவி வகித்தார்.

அதன்பிறகும், சட்டமன்றத்தில் நடைபெற்ற விவாதங்களில், இவர் அதிகம் பேசியது, விவசாயிகளின் துயரத்தையும், தொழிலாளர்களின் உரிமையையும்தான். ஜானகி அம்மாளின் சட்டமன்ற உரைகளில் விவசாயிகள், கூலித்தொழிலாளர்கள் ஆகியோரின் பிரச்சினைகளே அதிகம் இடம் பிடித்தன. நேர்மையை உயிர்மூச்சாகக்கொண்டு வாழ்ந்த ஜானகி அம்மாள், தன் பதவிக் காலத்தில், தொழிலாளர்களின் ஊதிய முரண்பாடுகளைக் களைந்தார். தாழ்த்தப்பட்ட மக்களுக்காகவும், ஏழை எளியவர்களுக்காகவும், எண்ணற்ற உதவிகள் செய்தார்.

**மலைவேடன் மக்களுக்கான போராட்டம்**

‘மலைவேடன்’ பழங்குடியின மக்களைப் பட்டியலினத்தில் இணைக்கும் போராட்டத்தைத் தொடர்ந்து நடத்தினார். அன்றைய முதல்வர் கருணாநிதியின் கவனத்துக்கும் அதைக் கொண்டுசென்றார். அதன் பிறகுதான் மாநில அரசு சார்பாக மத்திய அரசுக்குப் பரிந்துரை அனுப்பப்பட்டது.

**ஜனநாயக மாதர் சங்கம்**

1970ஆம் ஆண்டில், மாதர் சங்கத்தை உருவாக்க பெரிதும் பாடுபட்டார். பின்னர் 1974ஆம் ஆண்டு மதுரையில் நடைபெற்ற ஜனநாயக மாதர் சங்க முதலாவது மாநாட்டில் தலைவராக தேர்ந்தெடுக்கப்பட்டார். பாப்பா உமாநாத் பொதுச் செயலராக

தேர்ந்தெடுக்கப்பட்டார். தொடர்ந்து பல மாநில மாநாடுகளில் இருவருமே தெரிவு செய்யப்பட்டனர்.

**அரசின் சுதந்திரப் போராட்ட வீரர் பட்டயம் மறுத்த ஜானகி அம்மாள்**

சுதந்திரப் போராட்ட வீரர் என்பதற்கான, பட்டயத்தையும் பரிசளிப்பையும் அரசு தருவதற்கு முன்வந்தபோது, அதை ஏற்றுக்கொள்ள மறுத்து திருப்பியனுப்பியவர். "கடமையைச் செய்தேன், சன்மானம் எதற்கு?" என்றார். மேலும் நாடகக் கலைஞராக உழைத்துச் சேர்த்த 200 பவுன் நகைகள் உள்ளிட்ட சொத்துகளை சுதந்திரப் போராட்ட காலத்திலேயே விற்றுச் செலவழித்தார். சொந்த வீட்டையும் இழந்தார். வாடகை வீட்டில் குடியேறிய கே.ஜானகி அம்மாளை இறுதிவரை இடதுசாரி கம்யூனிஸ்ட் அமைப்பினர்தான் கவனித்துக்கொண்டனர்..

**மறைவு**

எமர்ஜென்சி காலத்தில், தனது பட்டுப்புடவை உட்பட, எல்லாவற்றையும் விற்று தன் கட்சியினருக்கு செலவு செய்தார். கட்சி அளித்த வீட்டிலேயே இறுதி வரை கே.பி.ஜே. வசித்தார். தியாகி பென்சன் தொகைக்குக்கூட அவர் முயற்சி செய்யவில்லை. தன்னைப் பாராட்டி, வழங்கப்பட்ட தாமிரப் பட்டயத்தையும் ஏற்க ஜானகி அம்மாள் மறுத்தார். மிக எளிய வாழ்க்கை வாழ்ந்து, மண்டையன் ஆசாரி தெருவில் உள்ள கட்சி அலுவலகத்திற்கு அருகிலேயே வசித்து வந்தார். 1992ஆம் ஆண்டு, தனது முதுமையாலும் நோயாலும் ஜானகி அம்மாள் மார்ச் 1-ஆம் தேதி இயற்கை எய்தினார்.

இன்றும், சோழவந்தான், துவரிமான், திருமங்கலம் உள்ளிட்ட பல பகுதிகளில், ஜானகி அம்மாள் கட்சி என்ற பெயருடன் அமைப்புகள் செயல்பட்டு வருகின்றன. இது அவரது நேர்மைக்கும், தியாகத்திற்கும் கிடைத்த வெகுமதி!

கம்யூனிஸ்ட் அமைப்பினர் அனைவரையும் 'தோழர்' என்றுதான் அழைப்பார்கள். ஆனால், ஜானகி அம்மாளின் எளிமை, அர்ப்பணிப்பு, எளியவர்கள் மீது கொண்ட பேரன்பு இவைதான் என்னைப் போன்றோருக்கு அவரை 'அம்மா' என்றழைக்கும் பேரன்பைத் தந்தது!

மதுரை மேனாள் சட்டமன்ற உறுப்பினர், மறைந்த தலைவர் தோழர் நன்மாறன்: "ஜானகி அம்மாள் என்னை மகனாகவும், என் மனைவியை மருமகளாகவும் கருதினார். அவர் எப்போதும்

அடித்தட்டு மக்களுக்காகவும், ஒதுக்கப்பட்ட மக்களுக்காவும்தான் பேசுவார். அவரது சமூக அறிவும் சமூகப் பணியும் அளப்பரியது. அவரது இறுதிக் காலத்தில் அவருடன் இருக்கும் பாக்கியம் பெற்றேன். அவரது இறுதி நிகழ்வுகளை கட்சியே செய்யட்டும்'' என்று சொல்லிச் சென்றார்.

*Ref:*

1. https://ta.wikipedia.org/
2. https://www.hindutamil.in/news/supplements/penn-indru/122340--4.html
3. https://www.nakkheeran.in/special-articles/special-article/k-b-janaki-ammal-story
4. https://www.cinemapluz.com/actress-k-p-janaki-ammal-death-anniversary/
5. https://indianculturalforum.in/2017/08/11/janaki-ammal-women-freedom-fighters/
6. https://amritmahotsav.nic.in/unsung-heroes-detail.htm?3192
7. https://www.thehindu.com/features/friday-review/history-and-culture/a-life-of-sacrifice/article5753448.ece
8. அம்மா ஜானகி.. என். இராமகிருஷ்ணன்.

11

## சுதந்திரப் போராட்ட வீராங்கனை மணலூர் மணியம்மை

''சமுதாயத்தின் அச்சாணி பெண்கள்
கண்க ளிரண்டினி லொன்றைக் - குத்திக்
காட்சி கெடுத்திடலாமோ?
பெண்க ளறிவை வளர்த்தால் - வையம்
பேதமை யற்றிடுங் காணீர்.''

என்று பெண்மையைப் பேணி வளர்க்க வேண்டியதின் இன்றியமையாமையைக் குறிப்பிட்டார்.

"தமிழ்த் திரு நாடுதன்னைப் பெற்ற - எங்கள்
தாயென்று கும்பிடடி பாப்பா".

-பாரதியார்.

ஒரு வரலாறு என்றால் அதில் மக்கள் இயக்கம் சட்டாயம் இருக்கும். ஒரு மக்கள் இயக்கம் என்பது பெண்களை மறந்துவிட்டு அல்லது ஒதுக்கிவிட்டு ஒரு மக்கள் இயக்கத்தை கட்டவே முடியாது. ஏனெனில் பெண்கள் சமுதாயத்தின் முக்கிய அச்சாணி. சமுதாயத்தில் சாதக பாதகமான அமைப்புகளைத் தாங்கி நிற்பவர்கள் பெண்களே. ஆனால் ஒரு வரலாற்றை மக்கள் பதிவு செய்யும் போதோ/எழுதும்போதோ, அவளைப்பற்றிய பதிவு என்பது தென்படுவதே இல்லை. அதுபோலத்தான் மணலூர் மணியம்மை என்ற பெண் போராளி பற்றியும் இந்திய விடுதலை வரலாறு ஒதுக்கி வைத்துள்ளது.

### புரட்சிப் பெண் மணியம்மை

பெண் என்ற காரணத்துக்காகவோ, விதவை என்ற காரணத்துக்காகவோ என்னை அடக்கி, ஒடுக்க முடியாது. என் விருப்பப்படி நடந்துகொள்ள எனக்கு முழு உரிமையும் இருக்கிறது. எனக்காகப் பிறர் முடிவெடுப்பதை ஒரு நாளும் அனுமதிக்க

முடியாது என்று வசைபாடியவர்களை வாயடைக்கச் செய்த புரட்சி வீராங்கனை மணலூர் மணியம்மாள். சுதந்திரப் போராட்ட வீராங்கனை, சாதித் தீண்டாமை எதிர்ப்பாளர், பெண்ணியலாளர், வர்க்கப்போராட்டக்காரர் எனப் பன்முகம் கொண்டவர். ஆண்களைப்போல் வேட்டியும் மேல்சட்டையும் அணிந்திருப்பார், முடியை வெட்டி கிராப் வைத்திருப்பார்; சைக்கிளில் பயணிப்பார்,

**சிலம்பம் பயின்றவர்**

இன்றைய மயிலாடுதுறை மாவட்டத்தைச் சேர்ந்த, மணலூர் என்ற பாரம்பரிய கிராமத்து மண்ணில், ஒரு சனாதன பிராமணக் குடும்பத்தில் பிறந்தவர் மணியம்மை. இவருக்குப் பெற்றோர் இட்ட பெயர் வாளாம்பாள் என்பதே. ஆனால் இவர் அவரது தந்தையின், மூன்றாம் தாரத்தின் குழந்தையாகப் பிறந்தவர் (அந்தக் காலத்தில் ஒருவர் இரண்டு, மூன்று மனைவிகளை மணம் முடித்தல் என்பது ரொம்ப சாதாரணம்). இவர் தன் இளம் வயதிலேயே தந்தையை இழந்தவர். மணி என்ற இவரது இல்லப்பெயர், பின்னர் மணியம்மை என்று எல்லோரும் அழைக்கும் அன்புப் பெயரானது. சிறுவயதிலேயே சிலம்பக்கலையைக் கற்றுக்கொண்டவர் மணியம்மை. அன்றைய அவரது குடும்பத்தின் கஷ்ட சூழ்நிலையால், மணியம்மைக்கு 10 வயதாகும்போது இவருக்கு குழந்தைத் திருமணம் நடத்திவைக்கப்பட்டது. மணியம்மையின் கணவர் பெயர் குஞ்சிதபாதம். இவர் மணியம்மையைவிட 25 வயது மூத்தவர். மணியம்மை குஞ்சிதபாதத்தின் இரண்டாம் மனைவி.

**கணவர் வீட்டில் கல்வி**

நாகப்பட்டினத்தைச் சேர்ந்த, குஞ்சிதபாதம் மிகப் பெரிய செல்வச்சீமான். வழக்கறிஞரான குஞ்சிதபாதம், தன் மனைவிக்கு, வீட்டிலேயே கல்வி போதிக்க ஓர் ஆங்கிலேயப் பெண்மணியை அமர்த்தினார். மேலும் தமிழுடன், ஆங்கிலேயப் பெண்ணின் மூலம் மணியம்மைக்கு ஆங்கிலமும் கற்றுத் தந்தார். இயல்பிலேயே தேடலும் ஆர்வமும் நிறைந்த மணியம்மை, கல்வி கற்ற பின்னர் நிறைய புத்தகங்களைத் தேடிப் படித்தார்; நிறைய சிந்தித்தார். அவரின் மனதுள் மாற்றங்களின் விதைகள் முளைவிட்டன.

**கணவனை இழந்து தாய்வீடு திரும்புதல்...**

கணவர் குஞ்சிதபாதம், மணியம்மையை ரொம்பவே நல்லபடியாக வைத்துக்கொண்டார். ஆனால் காலத்தின் சோதனை..? மணியம்மையின் வாழ்வில் சோகம் எட்டிப்

பார்த்தது. அவரின் 27 வயதில், கணவர் குஞ்சிதபாதம் இறந்தார். 17 ஆண்டுகளிலேயே மண வாழ்க்கை, மணியம்மைக்கு முடிவுக்கு வந்தது. கணவனை இழந்த பெண்களுக்கு மொட்டை அடித்து, வெள்ளை உடை அணிவிக்கும் முறை வழக்கத்தில் இருந்த காலம் அது. எனவே மணியம்மையும் இதற்கு விதிவிலக்கல்ல. மணியம்மைக்கும் இவற்றைச் செய்தனர். ஆனால், கணவன் இறப்புக்குப்பின், பேராசை கொண்டவர்களான கணவனின் உறவினர்கள் முன்னால், சீமானான கணவனின் சொத்தில் சல்லிக்காசும் வேண்டாமென தூக்கி எறிந்துவிட்டு தாய்வீடு வந்து சேர்ந்தார் மணியம்மை. கற்ற கல்வியும் தீவிரமான சிந்தனையும் அவரை மற்ற பெண்கள்போல முடங்கிக்கிடக்க விடவில்லை.

### மணியம்மையின் மாற்றம்

கணவனை இழந்த ஒரு பெண்ணுக்கு, சமூகம் இழைக்கும் கொடுமைகளை நேரடியாக அனுபவித்தார். முடியை மழித்த கணவனை இழந்த பெண் விதவைக் கோலத்தில், பூஜை,சாமி என்று போய்க்கொண்டு இருக்கும்போது, விதவைப் பெண் யார் முன்பும் வரக்கூடாது. உணவில் மசாலா, பூண்டு, வெங்காயம் கூடாது; எந்த ஆணையும் ஏறிட்டு நோக்கக் கூடாது. சமூகத்தின் அனைத்து வகை சம்பிரதாயங்களையும் எல்லாம் வெறுத்து ஒதுக்கினார். அப்போது தந்தைப் பெரியார் மற்றும் காந்தியாரின் தாக்கங்கள் எங்கும் பரவியிருந்தன.

### மகாத்மா காந்தியுடன் சந்திப்பு

மணியம்மைக்கு தனக்கே உரித்தான ஈர மனமும், சீர்தூக்கி ஆயும் கூர் குணமும் மெல்ல மெல்ல விதவை எனும் கொடுங்காட்டிலிருந்து அவரை வெளியே கூட்டிவந்தன. பெண்கள் முன்னேற்றம் பற்றிய பெரியாரின் கருத்துக்கள் மணியம்மையை வெகுவாகக் கவர்ந்தன. தேசிய விடுதலைப் போராட்ட இயக்கத்தின்பால் ஈடுபாடு கொண்ட மணியம்மை காந்தி தஞ்சை வந்தபோது அவரைச் சந்தித்து காங்கிரசில் இணைந்தார். பெரியார் மற்றும் காந்தி என்ற இருவராலும் மணியம்மையின் வாழ்க்கைப் பாதை மாற்றமடைந்தது. தீர்க்கமாக பல முடிவுகளை எடுத்தார். மணியம்மை காங்கிரசில் மாகாணக் கமிட்டி உறுப்பினர் பதவிவரை உயர்ந்தார். அவர், இதர காங்கிரஸ்காரர்களைப் போலல்லாமல் பண்ணை அடிமை முறையை எதிர்த்து தனது சொந்தப் பகுதியில் உறுதி வாய்ந்த போராட்டம் நடத்தினார். தனது சொந்தப் பண்ணையிலேயே சாதி அடிமைத்தனத்தை

எதிர்த்து பெரும் போராட்டம் நடத்தினார். அதன் காரணமாகவே அவர் பண்ணையில் இருந்து சொந்தக் குடும்பத்தினரால் தள்ளி வைக்கப்பட்டார்.

**உடையும், மனமும் மாறிய மணியம்மை**

மணியம்மை முடியை வெட்டி, கிராப் வைத்துக் கொண்டார். சேலையைத் துறந்து, வேட்டி, ஜிப்பாவுக்கு மாறினார். அவர் வீட்டிலுள்ளவர்களும் ஊர்க்காரர்களும் வாய்பேசா மௌனியாக அதிர்ச்சியடைந்தார்கள். பெண்மையின் உடை உள்ளிட்ட பல்வேறு குறியீட்டு அம்சங்களை அடிமைத்தனத்தின் அடையாளம் எனக் கருதிய அவர், அவற்றைத் துறந்து தனது கூந்தலை வெட்டிக் கொண்டார். கிருதா வைத்துக்கொண்டு ஆண்களைப்போலே வேட்டி, சட்டை அணிந்துகொண்டார். மேலும் தற்பாதுகாப்புக்கென சிலம்பமும் கற்றுத் தேர்ந்தார். கையில் சிலம்பத்தோடும், வேட்டி சட்டையோடும் தனி ஒருவராகவே தஞ்சைப் பகுதியெங்கும் சென்று விவசாய இயக்கங்களைக் கட்டி வளர்த்தார். போகும் இடமெல்லாம் மணியம்மையை தங்களை அடிமைத்தனத்திலிருந்து மீட்க வந்த தாயாகவே மக்கள் கருதி வரவேற்றனர். நிலப் பிரபுக்களும், காவல் அதிகாரிகளும் மணியம்மையைக்கண்டு நடு நடுங்கினர்.

**ஒடுக்கப்பட்டவர்களுக்காக போராடிய மணியம்மை**

இதில் மணியம்மை வீட்டினர் மாட்டுவண்டியைப் பிடுங்கிக்கொண்டபோது, சைக்கிள் கற்றுக்கொண்டு அனைத்து இடங்களுக்கும் சைக்கிளிலேயே பயணித்தார். அப்போது தீண்டாமை கோலோச்சி இருந்த காலம். சாஸ்திரத்தின் பெயரில் மக்களில் ஒரு பகுதியினரைத் தீண்டத்தகாதவர் என ஒதுக்கி வைத்திருந்தனர். மணியம்மாள் ஒடுக்கப்பட்டவர்களோடு சேர்ந்துகொண்டார். அவர்களின் உரிமைகளுக்காகப் போராடினார். அவர்களின் குழந்தைகளுக்குக் கல்வி கற்றுத் தந்தார். ஏழை விவசாயிகளின் உழைப்பைச் சுரண்டி, மிகக் குறைந்த ஊதியம் அளித்த ஜமீன்தார்களை எதிர்த்துப் போராடினார். அதிகாரமும் செல்வமும் படைத்த ஜமீன்தார்கள் பல விதங்களிலும் அவருக்கு துன்பங்களைக் கொடுத்தார்கள். மேலும் தற்பாதுகாப்புக்கென சிலம்பமும் கற்றுத் தேர்ந்தார். வேட்டி, சட்டையோடு துணிச்சலாகத் தனி ஒருவராகவே தஞ்சைப் பகுதியெங்கும் சென்று விவசாய இயக்கங்களைக் கட்டிவளர்த்து, எண்ணிலடங்கா விவசாயப் போராட்டங்களில் பங்கெடுத்தார். எதைக்கண்டும்

மணியம்மை அசையவில்லை, பயப்படவில்லை, தான் சார்ந்திருந்த காங்கிரஸ் கட்சியிலும் பல முரண்பாடுகளைக் கண்டார். கட்சியில் இருந்து வெளியேறினார். அக்காலகட்டத்தில் இந்திய கம்யூனிஸ்ட் கட்சி தஞ்சை, நாகை பகுதிகளில் செல்வாக்குப் பெற்றிருந்தது. தன்னையும் அதில் இணைத்துக் கொண்டார். விவசாயிகள், பாட்டாளி மக்களுக்கு ஆதரவாகப் பலப் போராட்டங்களைத் திறம்பட நடத்தினார். மாநாடுகளில் பங்கேற்றார். ஒரு கட்டத்தில் கம்யூனிஸ்ட் கட்சியையே, மணியம்மை கட்சி என்று சொல்லும் அளவுக்கு மக்களின் அன்பைப் பெற்றிருந்தார்.

**மக்களின் அன்பைப் பெற்ற மணியம்மை**

சீனிவாசராவ், மணலி கந்தசாமி போன்ற முன்னோடி கம்யூனிஸ்ட்கள் மூலம் தனது அரசியல் அறிவை வளர்த்துக்கொண்ட இவர், செல்வாக்குமிகுந்த தலைவராக உயர்ந்தார். இவரின் பண்ணை அடிமைக்கு எதிரான போராட்டத்தாலும், வர்க்க அணி திரட்டலாலும் பாதிக்கப்பட்டார்கள். ஆத்திரமடைந்த சிலர் இவரைக் கொல்ல முயன்று, கொடும் தாக்குதலில் கொஞ்சம் காயத்துடன் உயிர் தப்பினார் மணியம்மை. பண்ணை வீட்டுக்குப் பேச்சுவார்த்தைக்கு வந்த மணியம்மை பேருந்தைப் பிடிக்க நடந்துபோனபோது மான் முட்டி, கீழே விழுந்தார். மான் கொம்பு விலாவுக்குக் கீழே குத்திக் குடல் சரிந்ததால் இறந்து போனார் .

1953-ல் மணியம்மை இறந்தபோது அவரது இறுதி ஊர்வலத்தில் ஏராளமான விவசாயிகள் உணர்ச்சிப் பெருக்குடன் கலந்துகொண்டனர். அவரது இறப்பிலும் மர்மம் நீடித்தது. அவரது சாவு தற்செயலாக நிகழ்ந்ததா, திட்டமிட்டு நடத்தப்பட்டதா என்றும் பேசப்படுகிறது.

**தன்னலமற்ற தியாகி மணியம்மை**

பொதுவுடைமைத் தத்துவத்தை தன்வயப்படுத்தி, புடம் போட்ட மாமனிதர்களுள் மணியம்மாள் தலைசிறந்த ஒரு வீராங்கனை. பல தன்னலமற்ற தலைவர்களை உருவாக்கிய பொதுவுடைமைக் கட்சியிலிருந்து மிகக் குறைவான அளவிலேயே பெண் ஆளுமைகள்

வெளியுலகத்தில் அறியப்படுகிறார்கள். மணியம்மையின் கதையைப் படிக்கும்போது (மணியம்மையின் வரலாறு இன்னும் எழுதப்படவில்லை) ஏடறிந்த வரலாறெல்லாம் பெண்கள் இருட்டடிப்புச் செய்யப்பட்ட வரலாறுதான் எனத் தோன்றுகிறது. ஆனால் எழுத்துலகப் பெண் படைப்பாளியான இராஜம்

கிருஷ்ணன் தனது வரலாற்றுப் புதினமான ‘பாதையில் பதிந்த சுவடுகள்’ மூலம் இந்த ‘வரலாற்று’ நாயகியை வெளி உலகிற்கு அறிமுகப்படுத்தி இருக்கிறார். கம்யூனிஸ்ட் இயக்க முன்னோடிகளில் ஒருவர் மணியம்மை.

• • •

www.ingramcontent.com/pod-product-compliance
Lightning Source LLC
LaVergne TN
LVHW090417051026
849518LV00006B/2363
* 9 7 8 8 1 1 9 0 6 3 2 8 4 *